யவனிகா ஸ்ரீராம் கவிதைகள் – 1

யவனிகா ஸ்ரீராம் கவிதைகள் – 1

இரவு என்பது உறங்க அல்ல
கடவுளின் நிறுவனம்

எழுத்து பிரசுரம்

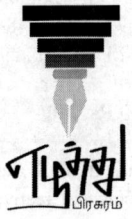

Title : Yavanika Sriram Kavithaigal - 1
Author's Name : Yavanika Sriram
Copyright © Yavanika Sriram
Published by Ezutthu Prachuram

All rights reserved. No part of this publication may be reproduced, stored in a retrieval system, or transmitted, in any form or by any means, electronic, mechanical, photocopying, recording, psychic, or otherwise, without the prior permission of the publishers.

Ezutthu Prachuram
(An imprint of Zero Degree Publishing)
No. 55(7), R Block, 6th Avenue,
Anna Nagar,
Chennai - 600 040

Website: www.zerodegreepublishing.com
E Mail id: zerodegreepublishing@gmail.com
Phone : 89250 61999

Ezutthu Prachuram First Edition: January 2022
ISBN: 978-93-91748-22-7
TITLE NO EP: 298

Rs. 210/-

Cover Design: Lark Baskaran
Layout: Vijayan, Creative Studio
Printed at: clictoprint | *Chennai-600 018.*

அன்பிற்குரிய ராம்ஜீ நரசிம்மன் அவர்களுக்கும்
காயத்திரி, வித்யா மற்றும் ஸீரோ டிகிரிக்கும்...

இரவு என்பது உறங்க அல்ல
1998

மரணம்

எடுத்துக் கொண்டிருக்கிறாய்
வெகுவானவற்றில் இருந்து மாதிரியை
நீ தொட்டது உயிரின் விளிம்பில்
ஊசிக் குத்தினூடான புன்னகை
மேலும் அது என் அமானுஷ்யத்தின்
ஸ்திரமற்ற விளிம்பு என்கிறேன்
உனக்கு அது தக்கையெனில்
உன் கையிருப்புச் சாரமேதேனும்
அதில் ஊற்றி ஈரப்படுத்திக் கொள்
உன் பயண தாகத்தில் உறிஞ்சிக் கொள்ள
மது தேன் குடிநீர் விஷம் மூலிகை
உன் தாயின் தனப்பால்
உன் காதலியின் எச்சில்
எதிலொன்றிலும் நனை
தக்கைகளையே விட்டுச் செல்கிறேன்
உன் சாரத்திற்காக எனவே
கசியும் வலியுடன் கூடிய
என் மாதிரியை நீ அணுக்கள் பிரித்து
சூக்குமம் அறியும் கணங்களுக்கும்
தக்கையின் உலர்தலும் முன்பான
ஈரத்திற்குமிடையே
நிகழ்ந்துதான் விடும் என் மரணம்.

முகாந்திரங்கள்

ஒரு பெண்ணைச் சேர்த்துக் கொண்டு
திரிகிற துக்கம் தாளவில்லை எனக்கு
அனுதினமும்
அறைச் சுவர்கள் கூச்சலிட்டு என்னை
இறுக அணைக்கின்றன
கால்வீசி உறங்க இயலாதபடிக்கு
என் நித்திரை நின்றபடி நேர்கிறது
இணக்கமான என் பாவனைகளில்
பெண்மையைப்
பூண்டுவிட்டதாய்
தொடர்கிறது எனது அச்சம்
தோற்றத்தின் வழியே கரகரத்த குரலில்
நான் பிரகடனப்படுத்தும்
ஆண்மைச் சந்கேதங்களுக்கு
எதிரிலிருக்கும் அவள் விடியும் வரை
புன்னகைக்கிறாள்
மேலும் விடுதலை குறித்து அவள்
செயலில் வைக்கும் உலை
என் உயிரை உலுக்குகிறது
வெளியெங்குப் பெண்களுக்கு எதிரான
பாவங்களுக்கும் பிராயச்சித்தமாக
சிலருக்கு இவ்விதம் நேருவதுண்டு
என்றாலும்
என் விதைப்பையைச் சிதைப்பதற்கு
அல்லது உறங்கும் போது தலையில்
கல்லை வீசிவிட்டுப் போக
அவளுக்கு முகாந்திரங்களுண்டு

பொழுதின் செலவு

பொழுதின் நுண்ணிய செலவுகள்
கைவிட்டுப் போய்க் கொண்டிருக்கின்றன
அந்நேரங்களில் மொட்டுகள் சில
மெல்ல நெக்கு விடலாம்
ஒரு பனங்குருத்தின் புதிய தளிர்
உள்ளங்கையாய் விரிந்து
உலகை யாசிக்கக் கூடும்
தொடர்ந்த மழை நீரால்
கழிவடைந்த சாக்கடைகள்
தடம்புரண்டு விரையும்
மந்திரச் சொற்களுக்குப் பின்
ஒரு தெய்வம் கருவறை முடங்கலாம்
ஒரு நாவலை எழுத்தாளன்
எழுதித் தீர்த்திருப்பான்
உயிர் குடிக்கும் சில வெடிகுண்டுகளின்
உற்பத்தி முடிந்திருக்கும்
ஒரு நடிகையின் பருத்த மார்புகளை
சாட்டிலைட் காட்டிக் கொண்டிருக்க
போதையின் விடுவிப்பில்
ஒரு சுமைத் தொழிலாளி வெறும் கையுடன்
வீடு திரும்ப பரிதவிக்கலாம்
ஒரு அரைச்சுற்று வந்திருக்கும் உலகம்

கிழிக்க முடியாத பிளாஸ்டிக் உலகம்

எவனின் இராஜ்ஜியத்தையோ
காப்பாற்ற எனை விரட்டி வந்த நாய்
எச்சில் சோறு கண்டவுடன்
குதறிப்பிடுங்காமல் என் முன்
முனகிக் கொண்டு வாலாட்டுகிறது

சிறைப்பட்ட பறவையின் கூண்டு
ஒன்றினை ஆங்காரமாய் பறித்து
தெருவில் வீசிவிட்டு நடந்தேன்
எதிரே அடுக்கியிராத சீட்டுகளை
தலையாட்டி எடுப்பதாக
பாவனை செய்கிறது முட்டாள் கிளி

தொட்டியில் முழுதாய்ச் செத்துப் போனதென
செடியின் தண்டினை ஆவேசமாய்
ஒடித்தேன்
அடித்துளிர்ப்புக் கண்டு நடுங்கியவாறே

என் இருப்பு குறித்து
சமூகம் செய்கிற கேலிக்கு
எதிராய் எதையும் கிழித்துப் போட முடியவில்லை என்னால்

சவக்களை படிந்த
அதன் தோய்ந்து போன பார்வையில்

நெஞ்சு நிமிர்ந்த என் நடையின்
மீதான ஏளனம் தெரிகிறது

திடுக்கிட வைக்கும் ஒரு பெரும்
ஓலத்தை என்னால் உண்டாக்க முடியும்
தெருவின் கற்கள் உயிர்பெற்று
என்மீது வீசப்படும் அச்சமின்றி

ஒன்றுமில்லை இதோ இந்த
தேசத்தின் தலைவனை
ஆடைகளற்ற நிலையில் ஆபாச வார்த்தைகள் கூறி
அர்ச்சித்துக் கொண்டு போகிறான் இவன்.

நிலாக்காலத்தில் நெருங்கும் புன்னகை

கசிந்து வழியும் இந்த வியர்வைக் கிடையே
வாகனங்களைத் துரத்தி
உன்னைக் காதலிக்க முடியவில்லை
உன் ஒளியுமிழும் காதலனைப் பற்றிய கற்பனைகள்
எனக்கு அச்சமூட்டுகின்றன
அவன் அதிநவீன உடையில் உலகின் பெருநகரங்களை
கடந்து போகின்றவனாக இருக்கின்றான்
அவனது வாகனம் ஆளரவமற்ற நிலாக் கால இரவில்
கடற்கரையில் காத்துக் கிடக்கிறது
சிவந்த உதடுகளோடு அவன் ஷாம்பெயின்
கோப்பை விளிம்புகளில் முகம் சுளித்து பூரிக்கிறான்
அவனது படுக்கைகள் தக தகக்கின்றன
அவனது கண்கள் நீலநிறமாய் மாறிக்கொண்டிருக்க
ஒரு விஷம் தோய்ந்த கத்தி போல்
அவனுடல் உன்னை வெட்டிச் செல்லுமாறு
கனவுகள் காண்கிறாய்
பெண்ணே
எனது பல்கலைக் கழகப் பட்டமளிப்புத் தாள்கள்
முனை மடிந்து போய்விட்டன
குடும்பத்தின் பாரம்பரியத் தொழில் ஒன்று
எப்படியோ பட்டுப் போய்விட்டது.
ஒண்டுக் குடித்தன வாடகை வீடென
உனக்கு நான் சரிவர மாட்டேன் தயவுசெய்து
ஓடும் வாகனத்தில் இடக்கை ஆட்டி
குறும்புப் புன்னகையால் என்னை
வெறுப்பேத்தாதே!

பாவம்

ஜனனயேந்திரங்களில் பாவம்
செய்து கொள்வதாக நாம் இருவரும்
சந்தித்து சங்கற்பம்
செய்து கொண்டோம்
நம் விருத்தியானது அதை உறுதி
செய்த போது
நம் இறகுகள் ஒவ்வொன்றையும்
கடின வலியுடன் உதறி எடுத்தோம்
நம் விருத்தியின் மீது அதைப் பொருத்தி
புதிய சிறகுகள் என புல்லரித்தோம்
அதன் பறத்தலுக்கான நியாய நேரங்களில்
அஞ்சினோம்
அதன் தடுமாற்றங்களைக் கற்பனையில்
பெரிதாக்கித் தவித்தோம்
இருப்பினும் அடியுறங்கி கிளைத்த
அதன் வீரிய வலுமிக்க இறகுகள்
காற்றினை எதிர்கொண்ட வினாடியில்
நம் பழஞ் சிறகுகள்
ஒவ்வொன்றாய், ஒவ்வொன்றாய்
நம் தலைமீது.

இது மேல் முறையீடு அல்ல

எனது பறையில் மிச்ச மிருக்கும்
மொழிகளைக் கொண்டே
உங்கள் கழிவுகளைத் துப்புரவு செய்கிறேன்
உங்கள் பிணங்களைச் சுட்டுப் பொசுக்கவே
என் சுடுகாட்டுத் தவம்
ஜூவாலைகளில் மிளிர்கிறது
என்னைத் தொடாதீர்கள்
ஆலயத்தின் கற்பாதங்களை
உங்களின் கோடானு கோடிக் கரங்கள்
தீண்டி இறுகிப் போய்விட்டன
உங்கள் உடம்பில் இருக்கும்
பிணத்தின் வாசனையை நான்
உடலெங்கும் பூசிக் கொண்டிருக்கிறேன்
எனது கைகளால் பல நூற்றாண்டுகள்
பூமியைப் பிளந்து பயிர்களை
பிரசவித்தேன்
இன்னும் இருக்கிறது உங்கள்
நீர் நிலைகளின் அடிக்கசட்டில்
எனது பெயர்
எங்ஙனமோ நிலங்களில்
உங்களின் முனகல் தாங்காது
ஒதுங்கிவிட்டது எனது இருப்பு
இருப்பினும்
நீங்கள் எனக்கிட்ட அடையாளத்தின்
ரணங்களில் எழுகிறது
உங்களுக்குமான நியாயஸ்தலங்களின்
மீது ஒரு பிரேரணை
ஆம் அங்குதான்
எனது பறையே உங்களது
செவிப்பறையாகிறது.

சமாதானம்

"சரி
சமாதானத்திற்கு நான் தயார்
உன் சோளியின் ஊக்குகள் வரை
வந்து விடுகிறேன்
நேற்று சண்டைக்கு யாரும்
காரணமில்லை என்று
விட்டுவிடலாம்"
"காரணமில்லாமல் சண்டை போட்டு
காரணத்தோடு இருக்கிறது
உங்கள் சமாதானம்"
"ஒரு வேளை சமாதானத்தை
நீ ஆரம்பித்து இருந்தால்"
"நீங்கள் வெளியே போயிருப்பீர்கள்"
"இப்போது மட்டுமென்ன
இதோ வெளியே போகிறேன்"
"சரி
அவிழ்த்த ஊக்குகளை
மாட்டிவிட்டுப் போகமுடியுமா?"

நெருக்கம்

நாய்க் குட்டிகள் தன்னிடம் பேசும்படி
தினமும் வற்புத்துவதைக் காணச் சகிக்கவில்லை
உயிரற்ற பொம்மைக்கு தாலாட்டுப்
பாடுகிறாள் மகள்
தூக்கத்தில் முகத்தில் அறைகிறாள் மனைவி
பழம் ஆடைகளும், நவீனப் பொருட்களுமாய்
வீட்டில் வெற்றிடம் குறைகிறது
தினமும் கழிவறைக் கிடையில்
யாராய் இருந்தால் என்ன அதிர்ச்சியடையும்படி
தட்டுகிறார்கள்
வீட்டைவிட வெளித்தரைகள் உயர்கின்றன
இடுகாடுகள் ஊருக்குள் எப்படியோ
நகர்ந்து வந்துவிட்டன
சிலசமயம் கடலலைகள் காதுகளில் சீறுகிறது
தொந்தரவாய் கடவுள் அடிக்கடி வந்து
கதவைத் தட்டி இருந்துவிட்டுப் போகிறார்
செலவு தாளவில்லை
தானியங்கள் சிரிப்பாய்ச் சிரிக்கின்றன
பூக்களில் இப்போதெல்லாம் அழுகிய நாற்றம்
யுத்த காலம் போலவே இங்கு ஏதொன்றும்
நடந்துவிடுகிறது.
நான் உள்ளிட்டு எல்லோரும் மௌனமாகத்தானே
இருக்கிறோம் என்றாலும்
சகிக்க முடியாத தூரத்தில்
நெருங்கித்தான் விட்டது யாவும்.

நரகம்

அவன் ஒரு பூவைக் கிள்ளும்
வேளையில் பூக்களுக்கு
நரகம் உண்டாவெனக் கேட்டான்
கிள்ளிய நகங்களை
கேட்கத் தோன்றாமல் !

எனது உடலில் உனது பிம்பம்

உன் ஆதர்ஸமும் சிலாகிப்பும்
மின்னும் கண்களின் ஆர்வத்தை
என்னால் பிரதிபலிக்க முடியவில்லை
சொல்
எல்லாவற்றையும் கண்டதையும்
கேள்விப்பட்டதையும் உணர்ச்சியாய்
உருவகமாய்ச் சொல்லிச் சொல்லிச் சிரி
எங்கேனும் நீ அழுததையும்
சேர்த்துத்தான் சொல்லப் போகிறாய்
சிறுகல் தடுக்கி நகம் பெயர்ந்ததை
உன் தாயின் மரணத்தை
ஒரு அவமானத்தையேனும்
சொல்லியழுவாய்
உன் வாழ்க்கையில் எதையும்
மிச்சம் வைக்கப் போவதில்லை
எல்லாத் திசைகளில் இருந்தும்
குதூகலமும் வியாகூலமும்
வரும் பாதையில் நீ கையாலாகாமல்
நின்று கொண்டிருக்கிறாய்
சப்பித் துவட்டிய மாங்கொட்டையை
கழிவுச் சாக்கடைக் கருகிலேனும்
புதைத்துவிட்டுப் போ
தன்னைச் சொல்லிக் கொள்ள முடியாத
இடத்தில் வெகுநேரம்
நிற்பது சுலபமில்லை.

புன்னகை

எனது கால்கள்
அஸ்திவாரக் குழிகளுக்குள்
ஊன்றப்பட்டு வெகுநாளாயிற்று
ஒவ்வொரு முறையும்
என் கன்னப் பரப்பிற்கு மேலான
உயரத்தில் அடுக்கப்படுகின்றன செங்கல்கள்
சாரங்களில் தூக்கிக் கட்டப்பட்டுவிட்டது
எனது தோள்கள்
மணற்சட்டியிலிருந்து என் கரங்களை
ஒருபோதும் விடுவிக்க முடியவில்லை !
சிமென்டின் உஷ்ணப் படிவத்தால்
என் மார்புகள் வற்றிச் சுருங்குகின்றன
பாவியிராத ஈர அறைகளெங்கும்
அலைபட்டு என் பாதங்களில்
இரத்தம் வெளிறிப்போனது
தேய்த்துப் பள பளப்பாக்கிய சுவற்றில்
என் சருமம் பட்டுக் கீறல்கள் விழுகின்றன
கொடுக்கும் புகையிலைக்காய்
என் தொழிலாளி சில நேரம்
என்னோடு சூலகத் தொடர்பிற்கு
விழைகிறான் கணவனைப் போலவே
இறுதியில் கட்டிடங்கள் வானளாவி
நின்றுவிடுகின்றன
பின்னும்
உயிர்பிற்கான வாய்ப்பு வேண்டி
முகப் பூச்சுடன் நகரச் சந்தியில்
மேஸ்திரிகளைக் கண்டு புன்னகைக்கிறது
எனது வலி.

ஏழுகடல் மலை தாண்டிச் செல்லும் உறக்கம்

விழிப்பில் உறக்கத்தைப் பற்றிப் பேச
தகுதியில்லை என்போருக்கு
நல்லது உறங்குவோம்
அது பூமியில் எப்பக்கம் நேர்ந்திருக்கிறது
உண்மையில் உறங்குமிடங்களை
தேர்ந்து கொள்வதில் தான் தீர்ந்திருக்கிறது வாழ்க்கை
தனக்குத் தெரியாமல் ஏதும் நிகழ்த்தக் கூடாதென
கடவுளுக்கும் விதிப்பட்டிருக்கிறது உறக்கம்
நல்லதும் கூட
உறக்கம் பொய்
போலும் சாக்காடு அபத்தம்
ஓய்வெனில் கற்பிதம்
புரிகிறது
விழித்திருத்தல் பற்றிய கேலிகளே உறக்கமென
ஒருவேளை மறந்து போதல்
உண்மையான உறக்கமாய் இருக்கலாம்
பிறகு இந்தத் தடித்த புத்தகத்தில் அந்தத் திரையில்
காரியத்தில் சம்பாஷணையில்
இயங்கி நீடித்திருப்பது இங்ஙனம்தான்
மற்றபடி இரவு என்பது உறங்க அல்ல
ஒளியை வேண்டி காத்திருக்கும் தருணங்கள்
அல்லது ஒன்றில் குறுக்கிட்டு மறைக்கும்
வெற்று நிகழ்வு.

நடுகல்

அமைதியடையாத
ஒரு ஒற்றைப் புலன்
விழித்துக் கொண்டே வந்திருக்கிறது
கச்சிதமான உயரங்கள் குறித்த
அதன் தீர்மானங்கள்
உடையும் முனைகளில் ஓடித்
திசுக்களைப் பெருக்கும் முனைப்பில்
அது அமைதியை சலனப்படுத்துகிறது
எங்கணும் இயங்குதல் பற்றித்
திட்டமிடும் இயக்கம்
அழைத்துச் செல்கிறது
வேறொரு முனைக்கு என்றாலும்
மீட்சியில் தெரிகிறது
இயக்கத்தில் இயங்கியமை
ஒரு வேளை வரலாறுகளுக்கு
இவை போதுமானதாய் இருக்கலாம்
அடையாளத்திற்கான
ஒரு நடுகல் ஊன்றப்பட்ட பிறகு

சிறுநெருப்பு

என் வீட்டில் ஆயிரம் தோட்டாக்கள்
செய்யக்கூடிய பித்தளை உலோகம்
ஒரு பெரிய நீர் பானையாய் இருக்கிறது
சில கருத்துப்பாக்கிகளுக்கான இரும்பு
குழந்தைகள் சில நேரம் நானும்
ஆடும் ஊஞ்சலாய் கூடத்தில்
சிணுங்குகிறது
சின்னஞ்சிறு நெருப்புப் பெட்டிகளில் இருந்து
பல வெடிகுண்டிற்கான மூலப்பொருளை
அனேக காலமாய் என் தாய்
செலவழிக்கிறாள்
சேய்மை நிலமொன்றில்
பல நாட்களின் தொடர்ச்சியாய்
குறுதிவெள்ளம் பாயும் தெருக்கள் பற்றியும்
ஈ மொய்க்கும் பிணங்கள் பற்றிய
விவரணையும்
ஒலிபரப்பப் படும் போதெல்லாம்
எந்தையின் ஈமச்சடங்கிற்கு
இளநீர்காய் வெட்டிய
தென்னங்கொல்லைக் கிடையில்
திடுக்கிட்டுப் போகிறேன்
இன்னமும் அங்கிருக்கிறதா
நீர்பானையும் ஊஞ்சலும்
சிறு நெருப்போடு தென்னங்கொல்லையும்

கோடுகள் அற்ற புள்ளிகள்

உனக்குத் தெரிய நியாயம் இருக்கிறதோ
என்னவோ
என் மரணத்தின் இறுதி நொடி வரை
நீ வந்துவிடுவாய்
அதுவே நான் உனக்கு
மிச்சம் வைத்திருக்கும் பிராயச்சித்தம்
அவரைக் கொடிகளுக்குக் கீழே
ஒரு மர உலக்கையைத் தாண்டி வர
முடியாத சிக்கல்களுக்கு இடையே
நீ தந்த கதைகளும்
நான் வாசற்புற
நிழல்களுக்குப் பயந்து
ஊசலாடித் தோற்றதும்
ஒரு கனவின் பின்புலன்களாய்
தொடர்ந்தே வருகிறது
எதற்கும் நம் முதல் முத்தம் தரும்
ஆறுதல் பற்றி என்ன நினைக்கிறாயோ
ஈனும் ஒவ்வொரு காலத்திலும்
என்னை
நலம் விசாரித்து விட்டுப் போகிறாய்
இந்த மழைக்காலத்தில்
முருங்கைகளுக்கு அடியில்
காளான்கள் பூத்திருக்கின்றன
ஒரு கணம் நீ எனக்களித்த
சின்னஞ்சிறு மொட்டுகளை
நினைவூட்டி

சாட்சி

அரங்கம் மைதானக் கூட்டம்
கலைமேடை ஏதோன்றிலும்
என் புணர்வங்கம் தடவிச் சிரிக்கும் ஒருவன்
எப்போதும் பின் தொடர்கிறான்
பால்யத்தில் பேருந்தினுள் அருகமர்ந்தவன்
துவக்கியது இது
எங்கும் குறிதடவும் கண்கள்
வேவு பார்க்கின்றன என்னை
என் ஆண்மையை ஒளித்து வைத்திருக்கும்
கால் சராய்களுக்குள் துளாவுகின்றன
நரம்பு பாரித்த கரங்கள்
ஏதோ விருந்தாளியாய்
உறங்கிய வீட்டில் நடுச்சாமம்
முகத்தருகே மூச்சின் காந்தலாய்
அருவருக்கும் பிரதிமைகளின் கெஞ்சுதல் ஒலி
திரும்பும் கணங்களில் சாலையில்
சினேகமற்ற முகபாவத்தில்
ஓரினத்தின சிருங்கார ரசம்
யார் இவர்கள்
என்னைத் தேவைப்படுத்தும் இவர்களின்
எரிச்சலூட்டும் நிர்பந்தத்தில்
கொலை செய்வதற்கான உந்துதல்
பெருகுகிறது எனக்கு
நிதானமிழக்கும் எனது கணங்களை உணர்கிறேன்
என்றாலும்
தொலைந்து விகாரமாய்ப் போன
உணர்ச்சிகளின் வெற்றிடத்தில்
வைக்கிறேன் இக்கவிதையை
வெகுகாலமாய் வெற்றிடங்களைப் புணர்ந்து
நீர்த்துப் போன
என் ஆண்மையின் சாட்சியாய்

கட்டவிழ்ந்த சப்தம்

சுவடிகளின் அருங்கூடம்
சிதிலமடைந்து கூரை ஓடுகளின்
ஒளிக்கதிர் ஒட்டடைகளில்
பாய்ந்து விரைத்து இருந்தது
தெள்ளுப் பூச்சிகள் இடையறாது
ஓடும் தூசிப்படிவத்தில்
அதிரக் கால் மிதிக்க
எங்கோ சரிந்தன
எலும்புச் சட்டகங்கள்
வார்த்தைப் புழுக்கள்
அறையெங்கும் எழும்பி
பற்றுக் கோடற்று பின்னி விழுந்து
தரையெங்கும் நெளிகின்றன
உரைச் சங்கிலிகள்
ப+ட்டிய அடுக்குகள்
காலத்துரு உதிர்த்து
கட்டவிழ்ந்து கிடக்க
புழுக்கத்தின் நாற்றம் தாங்காது
தும்மிய ஒலியொன்று
போய் ஒளிந்தது சுவடிக்குள்
கிடங்கின் சொற் கூட்டம்
எங்கு வந்தனை எனவும்
புதிய சொல்லொன்று புகுத்த
வந்தேன் எனவும்
இடமூலை பதினோராம் அடுக்கு
நூல் 24ன் பக்கம்
8ல் இருக்கிறது உன் சொல்
நீ போகலாம் எனவும்
இடுக்கினில் ஏதும் கசிந்து
விடாதபடிக்கு இறுகடைத்து
வெளிவந்தேன்
வாசல் விரிந்து கிடந்தது.

விடுபடல்

இளமையில் வசப்படாத ஒன்றை
ஞாபகமூட்டிப் போகும் பெண்கள்
இனிப்புக் கடையின் புறவாசலில்
சூடாகும் பதார்த்ததின் நெய் வாசம்
காய்த்து மலடுதட்டிப் போன
சாலைப் புளிய விருட்சம்
பல்வேறு வாகனங்களென
கண்ணில் ஊடாடும் புறயதார்த்தம்
தூரத்து மனையில் படுக்கையில்
வரவேற்க இயலாத கோபத்துடன்
மனைவி இருக்கக் கூடும்
போதையில் இலக்கியம் பேசும்
நடுத்தர வயது நண்பரின் அழுகை
ஒரு கண்ணீர்த் துளியில் ஆரம்பிக்க
இறுகப் பற்றியிருக்கும்
விரல் விடுவிக்க முடியாத சிக்கலில்
மார்க்ஸ் ஜென்னிக்கு எழுதிய
கவிதை கேட்டேன்
மீண்டும் எங்கல்ஸ் இறப்பதற்கு
காத்துக் கொண்டிருந்தேன்
ஒருவாறாய்
லெனினின் அழுகை நிற்கவும்
விரல்கள் விடுபடலாயிற்று.

ஜீன்ஸ் பேண்டும் அரைஞாண் பெல்ட்டும்

நீர்ப்பாய்ச்சலற்று
கொடுங்கானல் தெறிக்க
ஆடுகள் தளிரின்றித் திரியும்
புழுதிகளை உதறிக் கொண்டு
என் சிறு நிலத்தினின்றும்
நான் வெளியேறுகிறேன்
அவித்த தட்டைப் பயிறுக்காய்
நான் கடன் கேட்டு நிற்கும்
இந்தப் பாழ் நிலத்தை விட்டு
போகத்தான் வேண்டும்
உடைந்த மண் சட்டிக்கு
சண்டையிட்டு அழும் என் தாயாதிப் பெண்களின்
அடிவயிற்று ஆற்றாமைக்கு
இனி என்னிடம் சலனமில்லை
எனது மனிதர்கள் சுய வெறுப்பில்
முகம் திருப்பி என்னை மறுதலிக்கும் வரை
எப்போதோ பெய்யும் அடை மழையில்
இங்கு நீர்நிலைகள் பெருகும் வரை
எனது காத்திருப்பிற்கு நியாயமில்லை
வெட்டிய கிணற்று தூரிலமர்ந்து
எந்தைவிட்ட இரண்டு கண்ணீர் துளிகள் போதும்
நானாவது தப்பிப் பிழைக்க
முதிர்ந்த கஞ்சா செடிகள் கொழிக்கும்
மலைக்கு அப்பாலான நகரத்தில்
எனக்குச் செய்தி இருக்கலாம்
என் சிறு நிலம் பாழாய் போனாலென்ன
நகரத்தில் கார்களையேனும் கழுவுவேன்.

சுவர்களுக்குள் காலடியோசை

இரக்கம் கொண்டொரு
தெற்குப் பொட்டல் கழுதை
கூக்குரலிடும்
மலை மூக்கின் ஆபரணமாய்
மாலைச் சாம்பல் உதிர்க்கும்
வண்ணச் சூரியன்
களைத்த வியர்வை நாற்றம்
மஞ்சள் வழியே வடியும்
இரவின் கசகசப்பில்
துளைக்கும் பால் கொழுந்துகள்
வெறி நிமிர்த்தும்
ஒட்டடை யோரத்துப் பல்லி
உறுத்துப் பின் நகரும்
புழக்கடையில் நீர் சிதறும்
ஓட்டை டப்பாவில்
நாணம் தொலையும்
இயந்திரத் துளைகள் மூடி
விடியல் உறுத்தும் கண்களில்
பீளைகள் வழித்தெறிந்து
நான்கு சுவர்களுக்கும்
நம்மளின் நன்றி

மஞ்சள் ஆற்றுக் கரையோரம்

இளம் பச்சைக் கிளிகள் பறக்கும் அந்தியில்
மஞ்சளாற்றுக் கரையோரம்
நகரத்தை விட்டுப் பிரிந்த யுங்
ஒரு பாடலை முணுமுணுத்தான்
சிலும்பும் மீன்களிடம்
தூண்டில்களுக்கு அஞ்ச வேண்டாமென
இருந்தது சில வரிகள்
தன் ஆடைகளின் நேர்த்தியான பின்னலை
அதன் இலட்சினை பொறித்த கறையை
ஆற்றில் அடித்துத் துவைத்தான்
இந்தக் கோடைக்காலம்
செய்து வைத்த கால்வாய்களுக்குள்
மஞ்சள் நதியை மண்டிக் குடிக்கிறது
யுங் நிர்வாணமானான்
காலக்கடிகையின் முட்கள்
அடிவயிற்றில் குத்திய வலிகள் களைந்தன
பேரிச்செடிகள் கனிகளை உதிர்த்தன
ஒரு சோம்பேறியைக் கண்ட சூரியன்
ஒற்றுச் சொல்லப் போனது மேற்கில்
தன் தாயின் விரல் அடையாளங்களை
கன்னத்தில் தடவிக் கொண்டு யுங் சொன்னான்
அம்மா உன் கருப்பையின் சத்தமடங்கா
எந்திரச் சாலையிலிருந்து
பூக்கள் உறங்கும் மலைச்சரிவுகளுக்குள்
நடந்து கொண்டு இருக்கிறேன்
அருவிகள் தற்கொலை செய்து கொள்ளும்
இடமருகில் உன் மகன் நிற்கிறான்.
நீ அறிய மாட்டாய் தாயே
நேற்று நீ என்னை இறுகணைத்து தழுவிய போது
உன் மார்பின் முனைகளில் புறப்பட்டு
இரண்டு திருகு ஆணிகள் என்னை துளைத்ததை

ஆசீர்வாதம்

எனது தேசத்தின்
குதங்களுக்கு கீழ் இருக்கும்
ஒரு குடியிருப்பு வாசி நான்
முன்னொரு நாள் எனது நாட்டின்
கிழட்டுத் தந்தை யொருவரால்
அவரது கைத்தடியின் முனை பற்றி
ஆசீர்வதிக்கப்பட்டேன்
அவர் சொன்னார்
பூர்வாசிரமத்தில் நான்
கடவுளின் குழந்தை என
அன்று வழக்கத்தை விட
எனது தேசத்தின் அனைத்து
ஆலய வாசல்களும் விரைந்து மூடிக் கொண்டன
தெருக்களில் நான் கடந்ததும்
புனித நீர் தெளிவிக்கப்பட்டது
ஆதியில் இருந்த எனது பெயர்
அகழ்ந்தெடுக்கப்பட்டு ஞாபகமூட்டப்பட்டது
அவ்வார்த்தைகளின் மீதான அருவருப்பில்
தேசத்தின் அனைத்து சொந்தப் பெயர்களும்
சுத்தமாய் தன்னை அலம்பி
சுவீகரித்துக் கொண்டன
இதற்கிடையே என் உடன் பிறந்த
சகோதரன் சொன்னான்
நமது தேசத்தின் மூளையின் கீழ்
நமது குடியிருப்புகளைக் கொண்டு போக
வேண்டும் என
மேலும் சொன்னான்
கிழவன் சொன்ன கடவுள்
ஒரு வேசி மகன் என்று

இடையனிடம் கதை கேட்ட ஆடுகள்

கேட்புருவாய்
கிழடுதட்டிப் போயின காலம்
மணலுக்குள் முட்டையிட்டுத் திரும்பும்
ஆமையின் வாழ் நாளாய்
கரைமீது பரிதவிக்கும் கவனம்
புதிதாய் வரும் எதன் மீதும்
அப்பிக் கொள்ளாது விலகும்
குருட்டுத்தனத்திற்குத் திமிர் அதிகம்
எது வொன்றைச் செய்யவும் ஓதவும்
எவன் வாழ்க்கை அகப்படும்
அதை அதை அவரவர்க்கே
விட்டுப் போவது மெத்தனம் தான்
என் மீது என்ன வன்முறை
நிகழ்வின் சம்மதத்தில் முழுதாய்
யாருக்கு உடன்பாடு
தீர்ந்தே தீருமென திகைப்பில்
தீரும் நாட்களோடு அந்நியமான சகவாசம்
வயிற்றின் துர்நாற்றமும்
விரட்டிப் பிடிக்கும் எத்தனமும் கண்டு
சித்தம் சிரிக்கச் சிரிக்க
ஒரு வழியாய் வாழ் நாளுக்குள்
உலகம் அழியும் பயம்
போயே போயிற்று

இலையாடை சருகான பாலைவனத்தில்

என்னிடமிருந்து ஒளித்து விடமுடியாத
உன் சேலைத் தீவனங்கள்
எனக்கிருக்கும் ஒரே பசியின்
அவமானத்தை எப்போதும் தீர்த்து வைக்கிறது
எனது கைரேகைகள்
உனது மார்புச் சுருக்கங்களானபின்
உன் உதடுகளின் கண்ணிமையில்
விதிமுறைகளற்ற என் தாக்குதல்
சற்றே ஓய்ந்திருக்கும் வேலையில்
சக்கையாய் ஏமாற்றம் தரும்
வெளியிலிருந்து உள் நுழைகிறேன்
அறைகளெங்கும் நீ இருக்கும்
மௌனம் உறுத்துகிறது
பல நாளாய் உள்ளிருக்கும் உன்னை
ஏமாற்றி இன்னமும்
வெளிக்குச் சமனடைகிறது என் இருப்பு
உனது வெளிகளைத் திறந்து விட
திராணியில்லாமலும் திறந்திருக்கிறதோ
என்ற அச்சத்தோடும்
உனது உறக்கத்தின் அருகில்
எனது புணர்ச்சியின் ஒட்டடை
இழை படர்ந்து கவ்வ
இன்னுமிருக்கிறாய் நாளைக்கும்
இன்றைக்கோ உன் மணச் சேலை சரிகை மாற்றித் தந்த
மத்தியானத் தீவனங்கள்
உண்ணப் போதுமானதாய் இருக்கிறது
நம் உறங்கும் இரவிற்கு

சட்டை

வேறு வேறு வர்ணங்களில்
ஒழுங்கிழந்து ஊசிக் குத்துக்கள் வாங்கி
உடல் தழுவி உப்பில் கசிந்து
முதல்நாள் பெருமிதமாய்
சலவையில் சுயம் இழந்து
மூடிக்காத்து மூடிக்காத்து பின்
மூட மறந்து மூலையில் கிடந்து
பாத்திரக்காரனுடன் பயணித்து
வேறு உடல் கண்டோ விலகி வீழ்ந்தோ
லாரித் துடைப்பில் கந்தையாய்
பைத்தியக் காரனின்
பக்கவாட்டுத் தொங்கலாய்
சில நேரம் தொழு நோயாளியின்
துடைப்பில் சாக்கடையில்
குளத்தில் அடியில் சாலையோர
மரங்களில் முள் செடியில்
வெயில் காய்ந்து பொடியாய் உதிர்ந்து
மண்ணோடு மண்ணாய் மாறும்
என் ஒரு நாள் விருப்பச் சட்டை

இப்படித்தான் யாரோவானாய்

மருண்டு எழும் நிலவின்
மந்த ஒளியில்
முற்றத்து கொடி முல்லை வாசம்
இரவு உடைகளுக்கு
அவசரம் புரியாத
அதீத கற்புத்தனம்
படுகையின் ஏதோ ஓரிடத்தில்
பற்றிக் கொள்ளும்
அக்கினியில் வெந்து
தணிந்தது தேகம்
விடியலில் உன் பொருளாதார
வேட்டையில் லஜ்ஜையற்றி
உன் முகத்தில் இரவின்
அடையாளங்கள் தேடி . . .
முல்லைகள் மலர்ந்து
உதிர்ந்த முற்றத்தில்
பொறுக்கிக் கொண்டிருக்கிறேன்
நினைவுகளையும்

சித்தாந்தங்கள்

சித்தாந்தங்களின் இருந்து
நீ வெளி வந்த போது
உன் வயதுகள் கூடியிருக்கலாம்
அதனாலென்ன
உரத்துச் சத்தமிட்ட உன் கோஷங்களே
உனைத் துரத்தும் அதிர்வுகளானதை
இனி நீ நிர்ப்பயமாய் உதறித் தள்ளலாம்
ஆதரித்தும் மறுதலித்தும்
உன் இருபுறத் தட்டுகளில் எழுந்து
மையமுள்ளாகி இருக்கிறாய்
மௌனமாக முடங்குவதே இனி உனக்கு
இயல்பாகிப் போகலாம்
இருப்பினும்
உனது நாக்கு ஏதேனும் சொல்லத் துடிக்கிறது
அது ஓர் அடர்ந்த தத்துவமாகவும்
மிகுந்த வாஞ்சையுடையதாகவும் கூட
இருக்கலாம்
தயவுசெய்து மற்றுமொரு சித்தாந்தத்தை
ஆரம்பித்து வைக்காதே

கூச்சம்

நண்பா
எறும்புகளையும்
சில பொதி சுமக்கும் கழுதைகளையும்
நுகத்தடி மாடுகளையும்
புகழ்ந்து பேசிக் கொண்டிருப்பதில்
ஆரம்பித்தாயா
பிறகு உன் பசித்த நேரங்களில்
ரௌத்திரம் பழகினாய்
கூச்சலிட்டு
கூடி முழக்கி
முகரோமம் நறுக்காமல்
புலியெனத் திரிந்தாய்
உச்சி இடிந்திடினும்
அச்சம் தவிர் என்று
அரிசனச் சிறுவனொருவனும்
காவல் நிலையம் சென்றாய்
வீடு தவிர்த்து வீதி முனைகளில்
வேறு சில கூட்டங்களில்
உனைப் பார்க்க நேர்ந்தது
அது ஒரு காலம்
வெகு நாளாய் எனக்குச் செய்தியில்லை
நேற்று செந்தில் சொன்னான்
அரசுக் கட்டிடங்கள் கட்டித் தருகிறாயாமே
பதிவு அலுவலங்களில் வாசலில்
உன்னைப் பார்க்கலாமாம்
கூச்சமாயிருக்கிறது
இன்னும் கவிதைகள் தான்
எழுதுகிறாயா என்று நீ
என்னைக் கேட்டாய்.

அறிந்த மௌனம்

மற்றும் வேடிக்கைப் பார்க்கும்
ஓருலகப் பிராணியாகிவிட்டது உங்கள் இருப்பு
நித்யங்கள் குறித்த உங்கள் அசைவு கோமாளிக்குரியதாகிவிட்டது
அநித்யம் என்ற தத்துவம் உங்கள் அடிவயிற்றில்
செரிக்கிறது தினக்கழிவாய்
புரட்டிப் போடும் கேள்விகளைச் சகித்துக் கொண்டு
இன்னும் சாலையின் நகர்விற்குள் முனைகிறீர்கள்
வீடு அடையும் சகவாசம் தொலைக்க முடியாமல்
செல்லுமிடங்களில் பழி தீர்க்கப்படுகிறது
உங்கள் அவகாசங்கள்
பருவ மாற்றங்களில் தாறுமாறான சிகிச்சைக்கு
உள்ளாகிறது உங்கள் உடல்
பிறகு நீங்கள் ஒன்றும் அறியாதியங்கும்
மௌனத்தில் உறைந்து விட்டீர்கள்
அது அறிந்த மௌனமாக இருக்கக்கூடும்
எப்பொழுதெனில்
பயனற்று போன சகோதரனின் மரணத்தின் போது
இரவில் மனைவியின் அருகினில் சிந்தனை வசப்பட்ட
ஒரு நாளில்
குறைந்தபட்சம்
கடவுளின் முன் அர்த்தமற்ற உங்கள் வேண்டுதலின்
பாவனைகளில்
அல்லது மழைக்காலத்தில் வீட்டின் முகப்பறையில்
வீணாகும் கணங்களுக்கு இடையில்

உயிர்ச்சலனம்

என் சுவாசத்தின் ஓய்வினை
உன் மெல்லிய மார்புகளுக்கடையில்
இளம் உஷ்ணமாய் நீ உணர்ந்திருக்கலாம்
உதடுகள் காய்ந்து
உறங்கும் நெற்றியில்
சருமத் தீற்றல்களை
இரவு விளக்குகள் மெருகேற்றும்
குழிந்த வயிற்றில்
உயிர்ச் சலனம் ஊஞ்சலாடும்
உன் ஆடைகள் செய்யும்
மாய ஆலிங்கனம்
என் காதில் சிலிர்ப்பைக் கூட்டும்
உன் அனுமதியின் கடைசி விளிம்பில்
இமைகள் அசையும் ஓர் கண்ணீர் போதில்
உள்ளே புகுவேன்
நீண்ட இரவின் தடையற்ற பயணமாய்
உன் உமிழ் நீரின் விழுங்கல் சத்தம்
எதிரொலிக்க.

திருப்பம்

ஒரு வேர்கடலையின் வடிவத்தில்
கடவுள் இருந்தபோது
அதை நான் தவற விட்டிருக்க வேண்டும்
அல்லது எனைத் துரத்தும் நாயின்
வடிவத்தில் நெருங்கும் போது
கல்லெறிய ஓடியிருக்க வேண்டும்
அல்லது என் தாயின் செவிப்பறை
நடுங்க அவளைத் திட்டிய போது
கடவுள் என்னை விட்டு விலகிப் போயிருக்கலாம்
அல்லது ஒரு பிச்சைக் காரனை
அலட்சியப் படுத்திய போதோ
ஒரு வேசியை இகழ்ச்சியாய் நோக்கும் போதோ
கடவுள் என்னைக் கைவிட்டிருக்கலாம்
எப்படியாயினும்
ஒரு குழந்தையின் சிறுநீர்ச் சூடு போல
என்னுள் மெதுவாய்ப் பரவிய
கடவுளின் கதகதப்பை
எங்ஙனம் நான் இழந்திருத்தல் கூடும்
இனி ஒரு புல்லின் கூர் முனையும்
என்னால் மழுங்காதிருக்கட்டும
குளிர் காலத்தில் என் வீட்டின் சமையலறையில்
கரப்பான்கள் அடைய
இனிச் சம்மதிப்பேன்
ஏனெனில் ஒரு குயவனோரம் உட்கார்ந்து
உற்று ரசிக்கும் கடவுளை
என் பக்கம் திருப்ப வேண்டும்.

நகக்குறி

வீட்டின் வேலி படல்களில்
நாம் ஓர் இரகசிய வழி உண்டாக்கினோம்
ஆள் அரவமற்ற நிலாக்காலங்களில்
என்னிடமிருந்து திருடமுடியாத
ஒன்றிற்காய் நான் பிரயத்தனமும்
நீ பிகுவும் பண்ணிக் கொண்டிருந்த வேளையில்
ஒரு முத்தத்தின் வாஞ்சையை
நீ முழுதாய் புரிந்து கொள்ள
முடியுமாவெனக் கேட்டாய்
மேகங்கள் நகரும் ஆகாயத்தை
வாசித்து அர்த்தங்கள் பிரித்துக் கேட்கிறாய்
கண்ணின் ஓரம் நீர் திவலை ஒளிர
என் மார்பின் மெல்லிய சிகைகளை வருடியபடி
உன் வயிற்றில் நான் பிறக்க வேண்டும் புரிகிறதா என்றாய்
வெடுக்கென மல்லிகைச் சரம் பிய்த்தெறிந்து
இந்த வாசம் உன்னை ஒன்றும்
பண்ணக் கூடாதென பரிதவிக்கிறாய்
விளையாட்டின் கணங்களில்
புழுங்கிச் சிவக்கிறது கீழ் வானம்
புறங்கையில் சிற்றெறும்பு கடிக்க
நீர்த் தாரை வேறு நெருக்குகிறது
உனது அபிநயங்களை
ஒரு ஐந்து வினாடியில் கலைத்து விடலாம்
ஏனோ மனமின்றி எழுகிறேன்
இறுகப் பற்றி இருக்கும்
உன் கரங்களை உதறுகையில்
என் நகக் கண் பட்டு
உன் சிவந்த கரங்களில்
ஒரு ரத்தக் கோடு

துருத்தல்

பக்கத்து வீட்டு ராஜம் மாமியின்
முன் பற்கள்
டிரைவர் கோதண்ட மாமாவின் வயிறு
சுழியன் ராஜேந்திரனின் பின் மண்டை
லட்சுமி பாட்டியின் முன கழுத்துக் கழலை
கொல்லை குடித்தனத்து காசியண்ணன்
ஜேபியின் வில்ஸ் பாக்கட்
வீட்டு வாசல் புறத்தின் நான்காவது படிக்கட்டு
பேருந்து சாலையின் முதிர்ந்த
தூங்கு மூஞ்சி மரக்கிளை
கடலெண்ணெய் வாங்கப் போகும்
கடைசி வீட்டுச் சிறுமியின் மேல் சட்டை
இசை யாவற்றையும் விட
நேற்று முன்னிரவு
சிறுநீர் கழிக்க எழுகையில்
கொல்லையிலிருந்து பதட்டமாய்
அக்கா வந்து படுத்துக் கொண்டது
ஏனோ துருத்திக் கொண்டிருக்கிறது.

இகழ்ந்து விலகு

எல்லா இரைச்சல்களுக்கடையே
உன் கண்கள் மின்னுவது எதற்கு
ஆயுதங்களின் வழியே குறிபார்த்து
கொண்டிருக்கிறது காலம்
நீ தலைக்கு மேல் பறக்கும் பறவைகளைப் பார்
இரத்தப் பொறுக்குகள் தின்று
எறும்புகள் கூடடையட்டும்
அஞ்சலிக்காக மனிதர்கள் அலைகிறார்கள் என
கூக்குரலிடாதே
பனி உறைவுகள் இன்னும் மரத்துத்தான்
கிடக்கிறது தன்பெங்குவின் தலைமுறைகளுக்காக
பூமியின் மேற்தடம் மாறிக் கொண்டிருக்கும்
வேளையில் காகங்கள் சில
சாக்கடைப் பருக்கையில் தவிப்பாறி
தங்கக் கோபுரத்தில் எச்சமிடுகின்றன
விருட்சங்களின் நீண்ட காலப் பசுமைக்கு
பிராயச்சித்தமாக மெல்லிய விரல்கள் அடுக்கிய
தீக்குச்சிகளை இனி நீ தீண்ட வேண்டாம்
தாங்கள் ஏமாற்றப்பட்டதற்கான
அடையாளங்களை அவர்கள் தூக்கிப்பிடிக்கட்டும் தவறில்லை
என்னைப் பொய்யனாக்கும் நிகழ்விற்கிடையே
ஒரு நாளை அடையாளம் காட்டி இறகுகள்
விட்டுப் போன ஈசலாய் மட்டும் இருக்கச் சம்மதம்
நண்பா சாக்கடைகளைத் திறப்பவனிடம் இனியாவது பேசு
பெண்களிடத்து இருக்கலாம் பூமியின் மீதிச் சுற்று
அழுக்கடைந்த நகங்களை அளவின்றி கடித்து உரிக்கிறாய்
நமக்கான தானியங்களை எலிகளும்
தின்று ஓடும் நகர வீதியில்
என் நிதானம் உனக்கு எரிச்சலாய் இருக்கலாம்
உன் திட்டமிட்டவை வழியே
என்னை இகழ்ந்து விலகு நண்பா
திருப்தியாய் இருக்கிறது உன் நட்பு.

அமைதி

நான் அலைவாயில் சத்தமிடுகிறேன்
கடல் பயந்து ஒடுங்குகிறது என் காலடியில்
தொடுவானில் துடித்தெழுந்து மேலேறியது மேகம்
கீழ்வானில் பறவைகள் வரிசை குலைந்தன
எங்கோ கானகத்தில்
மிருகமொன்று உறுமப் பயந்து கமறியது
மீன் தேடும் சில செந்நாய்கள்
விரைந்து மறைந்தன
துறைமுகத்தில் கப்பலொன்று
கயிறறுந்து போனது
நட்டுக் கொண்ட குடிசைகளில் இருந்து
சிலர் எழுந்து வந்தார்கள்
மெலிந்த தேகம் மினுங்க
மண்டியிட்டு தெண்டனிட்டார்கள்
சிலர் பறைகளைக் கொட்டி நடனமாடினார்கள்
சிலர் முந்தைய காலத்தின் புயற் கொடுமைகளை
முணு முணுத்துக் கொண்டும்
மீன் படாத இக்காலத்தின் வெறுமையை
வாய்ப் புண்களின் இசிவுகளோடும்
நினைவுகூர்ந்தார்கள்
மதுச் சாலையில் திரியும் ஒரு கொழுத்த
கனவானின் வருகைக்காக சில நாட்களாய்
அவர்கள் சாலையை அவதானிக்கிறார்கள்
நான் மௌனமாய் விடைபெறுகிறேன்
வானம் மிக அமைதியாய் மீட்சியடைந்திருந்தது.

அடையாளம்

தாயாரும் அடையாளம் இருந்தும்
என் மார்பில்
இருகாம்புகளில் சுரக்கப்படாத
பாலிற்காய் நான் ஆணாய்ச் சபிக்கப்பட்டேன்
எனக்குத் தெரியும்
பெண்மையின் தனங்களுக்குள்தான்
உலக மொழியின் ஆதார நாதம்
உற்பத்தியாக முடியும்
மேலும் நான் எனது வற்றிய மார்புகளை
பிசைந்து கொள்கிறேன்
என் தாய்மைக்கும் பிரசவத்திற்குமான
இடைநேரங்கள் எனக்குச் சம்பவிக்கும்
அதன் முற்றிலுமான
வலியுணரும் அனுபவத்தில்
தாயாவேன் ஒரு நாள்
என் மார்புகள் சுரந்து வழிய வழிய

பிடிமானங்கள்

முட்டையின் ஓட்டின் மேல்
ஏறிக்கொண்டாயிற்று நீயும் நானும்
தொடுதலின்றி உலாவ முடியாத
சரிவுகளில் என் விரல் நகங்களை
ஆழப்பதிக்கிறேன் உன்னுடலில்
நீயோ என் நாக்கினை உனது பற்களால்
இறுகக் கடித்துக் கொண்டிருக்கிறாய்
தரையிறங்கத் திராணியற்ற இவ்வித இருப்பில்
பிடிமானத்தின் அவலமாய் இறுக்கத்தில்
ஓடுகள் உடைந்து உள் அழுகிய
நாற்றத்தில் விழும் பயிருக்கிறது இருவருக்கும்
இருந்தபடியே அசையும் முட்டையோ
நம் தகவமைப்பை மிக மோசமாய்
தகர்த்துச் சரிக்கிறது
அவ்வேளைகளில் அவமானகரமான
கண்ணீர்ச் சரங்கள் பற்றி
அடிகலங்கி ஊசலாடுகிறது
நம் தீர்மானங்கள்
மற்றபடி எப்போதாகிலும்
பிடிமானங்கள் மறந்து
அர்த்தமற்ற புணர்தல் நிகழுமெனில்
சில கணங்கள்
அமைதியாய் கிடக்கிறது முட்டை

அநாமதேயம்

சுட்டுப் பெயரற்று
பாதைகள் அநாமதேயமானது
பாதசாரிகளின் நடைவழிக் குறிப்புகள்
உருக்குலைகிறது கற்படிவங்களில்
குழப்பங்களுக்கென கதை சொல்லிக் கொண்டு வந்த
கிழட்டு உற்பாதத்தை
நடுமண்ணில் புதைக்கும்படி ஆயிற்று
புளித்த பசியின் மீதான பரிகாசப்
பேச்சரவங்கள் மற்றும் நிலைத்துவிட்ட
காலங்களின் மீதொரு ஏக்கமுமாய்
அதன் திரும்புதலற்ற கொடிய மனம்
பற்றி ஏசியவாறே தொடுதரையின்
சிற்றிடச் சிமிழுக்குள்ளாகும் பயணம்
தொடர்கிறது
ஆழ்ந்த புணர்ச்சியின் வித்துக்கள்
விதைத்தபடியே என்றாலும்
அழகின் மேற்கு ஓவியங்கள்
ஆற்றங்கரைகள் நந்தவனங்கள்
நாய்கழிசல் அடர்ந்த இருட்டு
பேய்ச் சிரிப்பு கல் உப்பு
பித்த வாந்தி ஆட்டிறைச்சி
குளிர்காலச் சிறுநீர்
எல்லாவற்றுக்கும் மேலாய்
நம்பிக்கையின் வெளியில்
குறிப்புகளாகிப் போன உலகையும்
குழந்தைக் கனவின் பேதமைகளையும்
ஒரு சேர இழப்பதற்கென்றே
சுட்டுப் பெயரற்று
பாதைகள் அநாமதேயமாயிற்று.

மொழிச்சேவை

திராவிடப் பாவாடைகள் சுமந்தவண்ணம்
ஒரு பல்கலைவாதி வந்தான் என்னறைக்குள்
கலாச்சார ஆடைகளில் மொழியை
மறைத்து வைத்திருப்பான் போலும்
இருக்கைகள் தேடித் தவித்தான்
எனக்கு லெமூரியாவின் தோற்றமிருக்கிறது
என்றவாறே கட்டிலில் புட்டத்தைச் சாத்தினான்
பிரதியெடுக்கும் இயந்திர நிலையத்திலிருந்து
வருவதாகவும் உலகின் முதல் மனிதன் பெயர்
முருகன் என்றான்.
அழகு என்றும் அர்த்தமுரைத்தான்
ஆங்கிலத்தில் மொழிபெயர்க்க ஆகும் செலவு
விசாரித்தான்
தூய தமிழில் என் உரை கேட்டுத் துள்ளினான்
மொழிச் சேவை குறித்த அவன்
நீண்ட பிரசங்கத்தில்
விடைபெற்ற கணந்தான் சுவாரசியமானது
பிறகு நாடாவை அவிழ்த்து
பாவாடைக்குள் பார்த்தேன்
திராவிட நாடு.

வருண வீடு

கோவிலின் கனத்த தரைகள்
மற்றும் அதன் கருங்கற்களிலான
தூணோடு சுவர்களும்
என்னைக் கோழையாக்குகின்றன
உளியடித்த பருத்த மார்பகங்கள்
யாளியின் குறி
கைக் கொண்டிருக்கும் ஆயுதங்கள்
யாவும் என்னை வெருட்டும் வண்ணமாய்
பிறகு இப்பெருங்கற்கள்
புதையுண்டு கிடந்த பிரதேசங்கள் எவை
என் மூதாதையன் எவனெனும்
இவை நகர்த்திவர முரட்டுத்தனமாய்
தோள் கொடுத்திருப்பானோ
கோரமான உருவங்களின் வழியே
எனக்குரைக்கும் நீதி என்ன
விலங்கு முகங்களை வேண்டிருக்கும்
விபாPதப் போக்கறியாமல்
அங்கமிழந்து அலையும் சன்னியாசிகள் வேறு
அச்சமூட்டுகிறார்கள்
உக்கிரான அறைகளில் இருந்து
அழுகல் நெய் வாசம்
விளக்குக் குண்டத்தில் தழல்
விகாரமாய் அசைகிறது
கர்ப்பகிருகத்து இருட்டில்
மூலங்கள் புழுங்கிக் கிடக்க
பிரகாரத்தின் முன் வாயிலில் பதட்டமடங்காது
மல்லாந்து கிடந்தேன்
எங்கோ ஒதுங்கிய காற்று
அதிர்வாகி உள் நுழைந்து
சுருண்டு ஆவேசமாய் மேலேறியது

மாமிசங்களும், வார்த்தைகளும்

திசை காட்டிக் கொடுத்த கொலம்பஸின்
நாவாய் மரங்கள் இற்று உதிர்ந்த
மறுவினாடி
யூதக் குடலின் அழுகிய நாற்றக் கிடங்கில்
புனிதனின் மூன்றாம் நாள் உயிர்ப்பு
தாய்லாந்தை விட்டு வந்த இராமன்
இந்தியக் காடுகளில் தொலைத்த சீதையை
சிலோனில் மீட்டுக் கொண்டு ஓடியபோது
பண மதிப்புக் குறைவதை அறியாத யூதாஸ்
பாலை வனத்தில் கச்சா எண்ணெய் பீப்பாய்களை
சுமக்க ஆரம்பித்தான்
வெள்ளையரிடம் சோரம் போகாத லூதர் கிங்
அடிமைகளை விடுவித்து தன் குறி நீவிக்கொண்ட
நூறுவருடங்களுக்குப் பின்
செவ்விந்தியர்கள் புல்வெளிகளில் சுடப்பட்டார்கள்
ஐவரான குகனும் அழிந்து போனான்
மதுக் கோப்பையின் விளிம்பு பற்றி
இங்கொருவன் கவிதையெழுதினான்
மடோனாவின் யோனித் துளை வழியே
பால் வெளியில் உருண்டு திரியும் பூமிக்கு
நிறம் சிவப்பெனச் சொன்னவன்
துருவங்களின் பனிக் கூச்சம் தாளாமல்
வெப்ப மண்டலக் கூப்பாடுகளுக்குள் மறைந்தான்
பலவான்கள் வழிமொழிகிறார்கள்
முள்ளுக் கத்தியால் குத்தப்பட்டு தின்னக்
காத்துக் கிடக்கிறது மாமிசங்களும், வார்த்தைகளும்
நீட்சேக்கு வேண்டுமானால் தெரிந்திருக்கலாம்
கடவுள் செத்துப் போன கதை
தெரியாதது
கதவு மறைப்பில் அவன் ஒரு
சுயமைதுனக் காரன் என்பது.

நேர்மை

ஒரு வயதின் காரணமாக
நீ என்னை எச்சிற்படுத்தியிருக்கலாம்
அமிழ்தென அதரங்கள்
வளர்த்தெடுத்த வாலிபத்தில்
நான் திரும்பவும் கூடுதேடி அலைவது
குறித்து நீ விமர்சிப்பது எனக்கு
விநோதமாயில்லை.
அண்டை அசலுமாய் நான்கு பேர்
தீர்மானிக்கும் எதையும் மீறாதிருக்கும்
வாய்ப்பாடு கற்றுத் தரப்பட்டிருக்கிறது
இரகசியமாய் மீறிக் கொள்வதென
ஒருவேளை ஒழுங்கு பற்றி பிரசங்கம்
நடைபெறும் இடங்களில்
பங்கெடுத்துக் கொள்ளும்
பாசாங்குகளை நீ களையச் சொன்னாலும்
என்னால் நிர்வாணமாய்
நிற்க இயலாது
பாசாங்குகளே சுயமாய் ஆனபின்
உன் ஆடைகளை ஒழுங்குபடுத்தும் உன்
நேர்மையைப் புரிந்து கொள்கிறேன்.

ஒட்டடைகளின் ஊசலாடும் உருக்காலை

ஆழங்களை விட
விளிம்புகளில் தான் இருப்பின் மீது
எதார்த்த நம்பிக்கை கொள்கின்றன
ஆழங்கள் அடி புரண்டால்
முதலில் சிதைவது விளம்புகள்தான்
விளிம்புகள் சலசலக்கும் கூக்குரலிடும்
பிதற்றும் பேயாட்டம் ஆடும்
பிரகாசமாய்ச் சிரிக்கும்
தொடுவானத்தின் மீது தீராத காதல்
கொண்டவை விளிம்புகள்
அதன் ஆகாய உறவுகள் தான்
எத்தனை நம்பகத்தன்மையுடையதாய்
இருக்கிறது
எப்போதும் மாறித் தோற்றமளித்து மாறும்
விளிம்புகள் உள் மாற்றத்தின் நிகழ் கணங்களை
உற்று நோக்கியே மடிகின்றன
எல்லா ஆழங்களும் பொருண்மையான
நெகிழ்தன்மையது என்னறறயாமல்
விளிம்புகள் தாம் கெட்டிப்படுதல் குறித்து
கவலையடைகின்றன.
உள்ளீடு அற்றவை மீது சார்ந்திருக்கும்
நிலையறிந்தால் தான்
விளிம்புகளின் நடுக்கமும் யதார்த்தமாய்
இருக்க முடியும்
ஏனெனில்
பூகம்பங்களை ஆழங்களே தீர்மானிக்கின்றன

விலைச் சீட்டு

நம் மொழிக் கிடங்கின்
சர்வ வல்லமையிலிருந்து
இன்னும் எடுத்துப் பிரகடனப்படுத்த
முடியவில்லை
ஒரு பேருண்மையின் வாசகத்தை
கால்களால் அளந்து கொண்டிருக்கும்
வெளிகள் யாவற்றிற்குமான
விளிம்புகளின் மரண ஓலம் கேட்கிறது
கூடு நோக்கி இழுத்துப் போகும்
ஒரு தானியத்தை கைவிட்டுச் சிதறுகின்றன
எறும்புகள்
பறவைகளின் அனைத்து உல்லாசத்திற்குமான
கீதங்கள் மாத்திரை குறைந்து நெருடுகின்றது
தாவரங்களின் ஒவ்வொரு துளிர்ப்பும்
கண்காணிக்கப்படுகிறது.
வர்ஷிக்கும் மழையின் துளிகள்
ஒவ்வொன்றும் பேரம் பேசப்படுகிறது.
உலகத்தின் கொண்டையில் விலைச் சீட்டு
பண்டங்களுக்கு ஆகாத
அச்சடித்த நாணயங்கள்
பூமியில் வீசப்பட்டுக் கிடக்கின்றன
சில நேரம் இரு இமைகளுக்கு மத்தியில்
காரணங்கள் ஏதும் வேண்டியதில்லை
பிரமாண்டமான ஒரு பொய்யில்
ஆரம்பித்துவிட்டது இந்த உலகம்.

முறைப்பு

தீர்மானமாய் கேட்க வேண்டியதாயிற்று
குடை ரிப்பேர்காரன் இம்முறைதான்
எழுந்து பதிலுரைத்தான்
அங்காடி வீதி நெரிசலில்
மீண்டும் ஒரு நாளைச் சொன்னான்
கூலியும் பெற்றுக் கொண்டு
என் ஒற்றைக் குடையை
இந்தக் கார்காலத்தில்
இவன் விற்று விட்டானோ
கீழ் வரிசைப் பற்களை இழந்து
அதன் வழியே பொய்களை உதிர்க்கிறான்
அவன் குரல் தடித்து கரடு முரடாயிருந்தது
நம்ப மறுத்த என் கண்களை
தீவிரமாக உற்றுப் பார்க்கிறான்
அச்சுறுத்தும் வகையில் விழியுருட்டி
அவனை முறைக்கிறேன்
மெல்ல எனக்குச் சிரிப்பு கீற்றுவிட்டது
அவன் இன்னும் மலர்ந்து சிரிக்கிறான்
முகத்தில் மெல்லிய தூரல்
எதிர்கொண்டு நடந்து போக ஏதுவாக

முதல் ஆச்சரியம்

உணர்த்தும் தீர்வுகளற்ற அந்த பிராந்தியம்
பரிச்சயமான கணப்பொழுது
ஒரு மர மெத்தையின் பலகை
இடுக்கு வழியே நான் கண்ட
புணர்ச்சியின் தரிசனத்தை மீண்டும்
கண்ணீருடன் ஞாபகமூட்டுகிறது
நான் குழந்தையைப் போல்
ஏங்கி அழுத நாட்கள் அவை
சுற்றிக் கிடந்த பள்ளத்தாக்குகளில்
சன்னலோர மரங்கள்
பனிச் சொட்டுகளுக்கிடையே
அசைந்து சலசலக்க
இருட்டின் ஒளித்துவாரங்கள் வழியே
என் கண் நீண்டு ஒழுகியது
அந்தப் படுக்கைக்கு
மஞ்சள் விளக்கொளியில்
ஒரு பால் சொதியை போன்ற விரிப்பில்
மலர்கள் கண்ணவிகின்றன
புரண்டு களையும் விசித்திர கோலங்களுக்கிடையே
ஆசீர்வதிக்கப்பட்ட சிற்றொலிகள்
வார்த்தைகளால் ஆன வெளியுலகின் அபத்தங்களை
வலியாக்கி மேலுமான என் கண்ணீரில்
உன்னதங்கள் தங்கி பிரகாசித்துக் கொண்டே
இருக்கிறது அறை
நாட்பட்ட என் புணர்ச்சியின்
இறுக்கங்கள் தளர்வாகிப் போன
இந்நாளிலும்
ஒரு மலைமேல் இருக்கும் அவ்வீட்டின்
பலகையிடுக்கில் பத்திரமாயிருக்கிறது
என் விழிகள்

அவசர முந்துதல்

இப்படியாக எல்லாவற்றிலும் இருந்து
விலகிக் கொண்டு வந்தது
ஒரு அவசர முந்துதல்
தாவரங்களை வானத்தில் வளர்த்துக் கொள்வதாய்
செல்லப்பிராணிகளைச் சட்டைப் பைக்குள்
வைத்துக் கொள்வதாய்
ஆயாக்களிடம் குழந்தைகளையும் காப்பகத்தில்
முதியோரையும் இட்டுவிடுவது வசதியென்றாயிற்று
விரல்களின் முக்கிய காரணம் கணிப்பொறிக்கென ஆனது
எல்லா நிலங்களும் விற்றுப் போவதெற்கென
விற்றுப் போன இடத்திலேயே
விற்றுப் போய்க் கொண்டிருக்கின்றன
கட்டிடச் செலவை விட காம்பவுண்டு செலவும்
கடல்களின் மீதான கேள்வியும் எழும்பிற்று
இயலாமைகளின் ஓட்டை வழியே
வேடிக்கைப் பார்க்கிறது நிலவு
நிலங்களில் நடந்து போவதை விட
மிதந்து நகர்வதே யத்தனமாய் இருக்கிறது.
விளிம்புச் சிதைவில் அலறித் துடிக்கிறது காதல்
திமிரின் குறி பிடித்துச் சுவைக்கின்றன பசித்த வாய்கள்
அவகாசங்களுக்கிடையே உரத்துப் பேசிய
இராட்சத வாய்ப்புண்களின் நாற்றம்
புழுத்துக் கொண்டிருக்க
விலகிப் போய் கொண்டிருக்கிறது ஒரு முந்துதல்.

நிலம் குறிஞ்சி நடுயாமம்

இந்த நகரத்தின் இரவையெல்லாம்
ஆயிரம் விளக்குகள் தின்று கொண்டிருக்கும்
உணவு விடுதிகளில்
உணர்வு விற்கும் நவீன கலாச்சாரத்தில்
ஆட்டின் மென் தோல் காலணியணிந்து
உதடுகளில் வண்ணம் தோய்த்து
நீ வடக்கத்திய உடைகளில்
எதிர் மேசைக்கடியில் கால்களை
என்னோடு பின்னிக் கொண்டிருக்கிறாய்
உன் முகத்தின் மௌன சோபைகளின்
கிறக்கம் தாளாது
அவகாசத்தின் நேரம் துடித்துத் துவள
ஓர் இருட்டில் முத்தமிட ஒதுங்கினோம்
தூரத்தே வாகன வெளிச்சங்களால்
நமக்கான இடைவெளி வேதனை
புரிந்ததோர் நொடியில்
உணர்வுகள் மாறி விடைபெற
போகும் நேரத்திற்காய்
இன்னொரு முத்தமும் நிகழுமெனில்
ஒரு சுரணையற்ற கல்லூரி
வாசிப்புகளுக்குப் பின் இவ்விதம்
நமக்குள் நேர்து இயல்புதான்
வேறென்ன நல்லதொரு திருமண நாளில்
நீ எனக்கொரு பரிசு கொணர்வாய்
அல்லது நானாக இருக்கவும் கூடும்
ஒப்பந்தங்களை வேண்டுமானால்
ஊரும் உறவும் தீர்மானிக்கட்டும்
ஓய்வு நேரங்களில் மீண்டும் வா

இரவு என்பது உறங்க அல்ல

ரோடு ரோலர்கள் பழுதாகிவிட்டன

கரை முணுமுணுப்பின் அந்தகாரத்தில்
தூரத்து வெளிச்சப் புள்ளிகள் தரும்
பயமற்ற தனிமையில்
வாகனங்கள் இரைந்து ஓடும்
நகர் விளிம்பின் கடல் சாலை
கான்கிரீட் சலாகைகளின் உச்சியொன்றில்
கோலா விளம்பரப் பலகை மீது அமர்ந்து
விண் மீன்களின் வெற்று அரட்டை
கடல் தூங்கினால் தேவலை என்றிருக்க
இரவின் வீட்டறையில் புழுக்கம் தாளாது
இறந்து போன புத்தகங்களில்
தப்பித்து இங்குற்று அமர்ந்திருப்பதும்
ஆசுவாசம் தான்
அப்பாலும் உள்ள தேசங்களின்
எதிர்க்கரையில் வெற்று பீர் டின்களுக்கு
மத்தியில் எவனேனும்
அமர்ந்திருக்கக் கூடும் என்னைப் போல
என்றாலும் என்னோடு அவன்
ஏதாகிலும் பேச முடியுமா
என்கிற அனுமானத்திற்கிடையே
நான் சொன்னேன் என் சட்டையின்
காலிப்பாக்கட்டில்
இருந்து கையை எடு.

காய்க்காத தாவரங்கள்

அரும்பும் மெலிதான முக ரோமங்கள்
காட்டிக் கொடுக்க
ஒரு கிறுக்குத்தனமான பிரஜையை
நீங்கள் விசாரிக்கிறீர்கள்
நான் தொலைந்து போகக் கூடாதென
நீங்கள் கூக்குரலிடுவது
கிணற்றடியில் துவைத்துக் கொண்டிருக்கும்
என் தாயின் காதுகளில் விழக்கூடும்
எனக்குப் பாலூட்டிய தனங்களை
மறைத்துக் கொண்டிருப்பது போல்
என்னையும் காணாமல் போய் விடாதபடி
அவள் காத்துக் கொண்டிருக்கிறாள்
நான் பார்த்திருக்கிறேன்
நேற்றையும் இன்றையும் நாளையையும்
அவள் ஒரு தீப்பெட்டிக்குள் அடைத்து
வைத்துக் கொண்டிருப்பதை
சுரப்பு வற்றிப் போன சில விலங்குகளையும்
காய்க்காத தாவரங்களையும் கூட
அவள் காப்பாற்றுகிறாள்
என்னைக் கெடுத்துவிட்டதாய் அவளை
நீங்கள் விமர்சிப்பது எனக்குச்
சங்கடமாய் இருக்கிறது
அவளைச் சமாதானப்படுத்தும் வேளையில்
அவளின் வசவுகளை நீங்கள்
சகித்துக் கொள்வதாய் வாக்களியுங்கள்
முக்கியமாய் உங்கள் ஆயுதங்களை
மறைத்துக் கொள்ள வேண்டும்
என் இருப்பின் நம்பிக்கையும்
என் மரணத்தின் நம்பிக்கையும்
ஒன்றுதானெனில் புறப்படுங்கள்
போவோம்.

பாடல்

மெல்லத் தின்னக் கொடுத்திருக்கிறேன் என்னை
அண்டத்தின் துகள்களுக்கு
என் வார்த்தைகளின் இரசாயனத்தில்
அரிந்து உதிர்கிறது என் மேனி
எல்லா ஆலயங்களிலும்
வணக்கத்திற்கான நேரம் அறிவிக்கப்படுகிறது
சில சமயம் வந்து விட முடியாத
உபத்திரவத்தில் கருணை இருக்கும் போது
பீடங்களை நோக்கிய எனது பாடல்
ஈனஸ்வரத்தில் முனகும்
சிறகடிக்கின்றன எல்லாம் என் கண் முன்னே
வானம் விரிந்து உள்வாங்கும்
அவற்றின் ஒழுங்கற்ற பயணத்தை
என் மதுவின் துர்வாசனை அடைத்துக்
கொண்டிருக்கிறது என் மயக்கத்தின் திறப்பை
எங்கே எனக்கான பாடலைத் தொடங்குங்கள்
என் சாரமிழந்த வார்த்தைகளைச் சகித்துக்கொண்டு
அதன்மேல் எழும்பும் நீரூற்றினைப் போல்
தூய்மையாய் எங்குமான கருணையைச்
சூழும் விந்தணுக்களாய் புதிய குரலில்
காற்றின் தாலாட்டாய்
இரக்கம் வேண்டுவோரின் நம்பிக்கையாய்
உங்கள் பாடல் வலம் வரட்டும்
அவர்கள் பாடுகிறார்கள்
விற்கமுடியா எல்லாவற்றோடும்
இழந்து போனது குறித்து
ஞாபகங்கள் மறந்த நிலையில்
ஆலய மணியின் நாக்கு நக்கியது
ஒரு பேரோசையை
என் மயக்கத்தின் திறப்பிலிருந்து
வெளிப்பட்டது அச்சமூட்டும் புன்னகை

நிரம்பி வழியும் காலம்

இந்த பூமி ஒரு ஒலிபெருக்கி
பெட்டியாகிவிட்டது
ஓயாது இரையும் வாகனச் சத்தங்களோடு
மனிதர்கள் பரிமாறிக் கொள்ளும்
வார்த்தைச் சங்கேதங்கள்
மௌனச் சமிக்கையாகிவிட்டது
எல்லோருக்குமாய் சேர்த்து ஒரு சிலர்
தொலைக் காட்டசியில் சதா பேசிக் கொண்டிருக்கிறார்கள்
ஒரு ஓடு பாதையின் ஓரம்
ஓய்வெடுப்பவர் இதயத்தில்
அதிர்ச்சியுண்டாக்குகிறது
இடியுமிழும் இந்த நகர ஓட்டம்
இரங்கல் அனுஷ்டிக்கப்படும்
அபூர்வ வினாடிகளில் கூட
வாழ்க்கை பிடறியில்
ஓங்கி அறைகிறது
தெருவாந்திரங்களில் உரக்கப் பேசுகிறவர்கள்
சிலர் ஒலி நாடாக்களில் புகுந்துவிட்டார்கள்
மாறாக எல்லா குசலங்களும்
டெலிபோனுக்குள் திணிக்கப்பட்டுவிட்டது
இப்போதைக்கு நாம் நேரில் சந்திக்க
ஒன்றுமில்லை நண்பா
நீ தவறவிட்ட எல்லாவற்றாலும்
நிரம்பி வழிகிறது காலம்

மீண்டும் திரும்புவேன்

உடன் வர முடியாதபடிக்கு
மேலும் அனுமானிக்க வியலாவெளியில்
நான் வெகுதூரம் வந்திருக்க வேண்டும்
இருப்பிடத்தின் வாசனை விலகி
புதிய காற்றின் முகவரியில்
சொல்லிக் கொள்ள யாருமற்ற இந்தப் பயணத்தில்
கறுத்த நாவிதனையும் தொழுநோயாளி ஒருவனையும்
விரைகள் அறுக்கப்பட்டு சூட்டுத் தழும்பாகிப்போன
நாயொன்றையும் விட்டுவிட்டு வந்திருக்கிறேன்
மீண்டும் திரும்புவேன் என்கிற உத்திரவாதத்தில்
பருவ காலங்கள் மௌனமாய் காத்திருக்கக்கூடும்
உச்சி வானத்தில் பறவைகள்
தடம் மாறிக் கொண்டிருக்கின்றன
இந்த பயணியின் சுய மோகம் பற்றி
விட்டு வந்ததை குறித்த அக்கறையின்மையின்
மீதொரு பரிகாசமாய்
மழையின் சிறு தூறல்களுக்கிடையெ
தன் மழலையை மார்போடு
அணைத்துக் கொண்டு போகிறாள் அவள்
ஒரு உதவாக்கரை ஆசிரியனின்
கேள்விக்கு முன் பதிலளிக்கவியலாமல்
பதற்றத்துடன் நிற்கும்
என் சிறு மகனின் கையாலாகாத கண்ணீரை
இந்தப் பயணத்தில் நான் எப்படியோ
எடுத்துக் கொண்டு வந்துவிட்டது தான்
துரதிர்ஷ்டம்
என் நகத்துணுக்குகள் சிதறிக்கிடக்கும்
வாசலுக்குத் திரும்ப
சில தினங்கள் போதுமானது

இராவண யுகத்து இரப்பர் காண்டங்கள்

மிகச் சாவதானமாய் என் உடலில்
மின் அலைகள் கடந்து போகின்றன
ஒளிக்கதிர்களின் வீச்சு
என் கண்மணியை எங்ஙனமும்
ஊடுருவுகிறது
செவிப்பறைகளிலோ ஒலிச்சன்னதங்கள்
கொட்டி முழக்கி குறும்பியிரைகிறது
சீராக திராவக நெடி
நாசியைத் துளைக்க
தினமும் விரும்பியுண்ணுகிறேன்
விஷத் துணுக்குகளை
தோற் துளைகளில் ரேடியம் அணுக்க
அரைமணிக் கொருதரம் உமிழ் நீரில்
நிகோடின் வசிக்கிறது
சிறுநீரில் புரோட்டான்கள் வெளியேறக்கூடும்
குறிகளில் இரப்பர் காண்டம் அவசியமாகிப் போனது
கந்தகக் கழிவை கடுத்துப் பிதுக்குகிறது குதம்
எலக்ட்ரானும் நியுட்ரானுமாய் என்னை
சிலிக்கனுக்குள் செலுத்தி எண்ணிக்கையிடுகிறது
அமைப்பு
என் பாசில்கள் அடையாளம் காண
முடியாதபடிக்கு ஏற்படப் போகும்
மரணத்தை பாரன்ஹீட்டில் சுட்டுப்
பொசுக்கும் சாதனங்கள் வந்துவிட்டன
பிறகு சாம்பல் சத்து மணிச்சத்து போல
கம்போஸ்ட் ஆகிவிடலாம்
கம்யூனிஸ்ட் என்றாலும் ஒரு காலத்தில்
உரம் என்றுதான் அர்த்தமிருந்தது !

விடை பெறுதலின் அவமானம்

நமது விருப்பத்திற்கிணங்க
எனது தோன்றிய காலம் பிறகு
காட்சி வசப்பட்ட நமதுலகம்
அப்பாலும் பர பரப்பின்றி
நாம் நடந்து கொண்டுதானிருந்தோம்
என் வருகைக்கு முன்னமே
நீங்கள் இருந்ததை அறிந்து
எனக்கு ஆச்சரியமேயில்லை
இப்படித்தான் என்னை உங்களுடையவனாக்கினீர்கள்
கொண்டு வருவதற்கு நான்
ஆசீர்வதிக்கப்பட்டவனில்லை என்பதை
உணர்ந்திருக்கிறேன்.
கொடுத்ததை பிரதிபலிக்கும் ஊடகமாய்
என்னில் நீங்களும் உங்களில் நானும்
முகம் கண்டு கொண்டுள்ளோம்
உங்களின் பொருட்டு நான்
மௌனமாய் இருந்திருக்க வேண்டும்
என்னைக் கொண்டு வந்த பிறகு
எனதுரிமைகள் நமதுரிமைகளாகி யாருக்கு எதிராகவோ
ஓர் அதிகாரமாகிவிட்டதை
நீங்கள் உணரவில்லை.
இனிநான் கொண்டு போக ஒன்றுமில்லை
வெறுங்கரங்களை உங்களோடு சேர்த்து
நானும் வீசி விடைபெறுவோம்
எனது கோபமெல்லாம்
என்னை உங்களாக்கிவிட
நீங்கள் கொண்டிருந்த அவசரம்
மற்றும் உங்கள் கேள்விகளுக்கு
அதிகமும் நமக்குச் சாய்வான
பதில்களையே தேடி
கொண்டு வராதவனவற்றுக்குள்ளேயே
நிகழ்ந்துவிட்ட எனது
விடைபெறுதலின் மீதும் தான்.

எங்கும் ஒரு புதியவன்

குமட்டும் போதையின் நிலைகொள்ளாத
தடுமாற்றத்தில் நான் உறங்கக்
கிடைத்த நடைபாதை
ஒரு பைத்தியக் காரனின் இராக்கால
ரொட்டிக்கிடையே கண்டெடுத்த
முழுநீளப் புகைப்பான்
கொடுங் கனவிடை விழிப்பில் எதிரே
மங்கலான என் தாயின் புகைப்படம்
அகாலமாய் கிடக்கும் என் தொன்மங்களின்
சூன்யத் தெரு
இடிந்து சிதையும் வீடுகளின் அடிநிலம்
எனது காதரிப்பின் ஒற்றைக் கோழியிறகு
ஆலை சுற்றுச் சுவர் துவாரங்களின்
வழியே வெளியேறும் ஒரு பாம்பின்
தாவரங்கள் விழுங்கிப்போன தடம்
அதிகக் கதிர் முற்றிப் பிடித்த விவசாயியின்
சொந்தமற்ற நிலமூலை
ஆரவாரமின்றி அலையும் நாடோடிகளுக்கென
வெந்து கொண்டிருக்கும் காட்டிறைச்சி
பனிக்காலத்தின் இரவினடியில் ஆவேசமாய்
இரைந்து நடுங்கும் என் சுவாசமென
யாவற்றிலும் உனை உணர்கிறேன் தோழி
என் கால் பாதங்கள் விரிசலுற்று விட்டன
மூக்கின் அடியில் கசியும் நீரில்

மெல்லிய துர்நாற்றம்
பயணங்களின் அஸ்திவாரக் கோட்டில்
நான் கிள்ளாமல் விட்டுவந்த இலையாய்
நீயும் பழுத்திருப்பாய்
நைந்து துருத்தும் என் காலணியின் மேற்புறம்
புதிய தோற் துண்டுகளை தைத்த வண்ணம்
பரிதியின் கீழுடாய் நம் காதலைச் சுமந்து
நடந்து கொண்டிருக்கிறேன்
விதிகளுக்குட்பட்ட வாகனங்களுக்கெதிரே
பித்துக்குளியைப் போலவும் பிறகு
எங்கும் ஒரு புதியவனாகவும்.

கடவுளின் நிறுவனம்
2004

கடவுளின் நிறுவனம்

வானம் ஏறுதல்

ஒரு சொல் உதிர்ந்தது வானத்திலிருந்து
அது மழையைப் போல் இல்லை
பிறகு அது நிலத்தின் மௌனத்திற்குச் சொன்னது
அதில் உயிர்மெய்வளி இல்லை
சொல்லை மீண்டும் வெளிநோக்கி எறிய
ஒரு சூறாவளியைப் பிடித்து அதன்மேல் வைத்தாயிற்று
அது வேண்டிய மட்டும் நிலங்களை நிர்மூலமாக்கியது
சொல்லோ மீண்டும் விழுந்து புதைந்துகொள்ள
அது உள்ளிருந்து அரற்றும் ஓலம் கண்டு பயந்து
இணக்கமாய் ஒரு வாக்கியம் உற்பத்தியானது
பிறகுதான் வார்த்தைகளைப் பிடித்துக் கொண்டு
வானம் ஏறுதல் வழக்கமாயிற்று.

காம்புடைய மலர்

நான் சாபமிட்டுப்போன நிலமெங்கும்
புழுதி கிளம்பி சூறாவளி
ஓயாது மணல் இறைத்துக் கொண்டிருந்தது
சுழலும் கனவுவழியே சிறு கற்பாறைகள் எடுத்து
சுமை தாங்கிவரும் உடல்களை
தாக்கிச் சிதைத்துக் கொண்டிருக்கிறேன்
நீண்ட காம்புடைய மலரெடுத்து அடிக்க
ஒருவன் மாண்டு போனான்
வெற்றுநிலம் துடைத்தெழுந்து கோபச்சீறலாய்
சூறாவளி திரண்டுகொண்டு வருகிறது
என் உடல் காயங்களின் குருதியை
தேனீக்கள் மாந்திக் குரூரமாய் ரீங்கரிக்கின்றன
விரிந்த சிகை பிடித்து உலுக்குகின்றன
காற்றின் சுழி மோதும் விதிர்வுகள்
உடல் துள்ளி விறைக்க
மடிநிறைய தேசந்தெரியா சிவந்த கனிகள்
சிதைந்து குழம்பாகிறது
மாசற்ற உதட்டுப் பிளவுகளின் வழியே
செந்நிற நாக்குகள் வருடிச் சுவைக்கும்
என்னுடல் மெழுகாய் உணர்ச்சியற்றுப்போ
என் கனவுகளின் நிலம்வழியே
ஓயாத சூறாவளி
பிணம் விலக்கி மிதந்து
விரலிடுக்கில் பழம் கவ்வித் திரிகிறேன்

கடவுளின் நிறுவனம்

அடையாள அட்டை

வேலை நாளொன்றிலிருந்து விடுவிக்கப்பட்டு
நகரின் மத்திக்கு வந்திருக்கிறாய்
ஒரு திரைப்படம் பார்க்கலாம்
அல்லது ஒரு குவளை பியர் அருந்தலாம்
வீட்டில் பல வேலைகள் காத்திருப்பதாய்
நீ ஒத்துக்கொண்டிருக்கிறாய்
மனைவியின் உறவினர்கள் வீடுகளுக்குப் போகவேண்டும்
அல்லது தூர்ந்துபோன கழிவறையை
நவீனமாக்க வேண்டும்
இடையில் ஒரு நண்பனின் மரண விசாரிப்பு வேறு
தள்ளிப் போய்க்கொண்டிருக்கிறது
இப்போது செய்தித்தாள்கள் படித்துக் கொண்டு
தேனீர் அருந்திக் கொண்டிருக்கிறாய்
சாலை விதிகளில் மக்கள் காத்திருக்கிறார்கள்
நடைபாதைவாசி தன் தகரக் குவளையை ஏந்த
ஒரு இளம் பெண்ணின் குலுங்கும் உடையை
இரசித்தவாறே நீ கடந்துபோகிறாய்
உனது சட்டைப் பையில் இன்னும் பத்திரமாயிருக்கிறது
உன் வாக்காளர் அடையாள அட்டையும்
ஒரு ஃபைலை நகர்த்த நீ வாங்கிய பணமும்

பாம்பு வளர்ப்பு

எல்லா இல்லங்களின் புகைக்கூண்டு வழியாக
கசிந்துவரும் கனவுகள் அலையும் நடுநிசியில்
நான் ஒரு கனவை விசாரித்தேன்
அது கருத்த இருளாய் இருந்தது
பழ மரங்களின் வழியே இறங்கி வந்ததால்
அதன் உடலில் மெல்லிய மணம் வீசியது
தனக்கு ஒரு கொழுத்த பறவையின் மாமிசம்
வேண்டுமெனக் கேட்டது
தான் ஒரு பாம்பு வளர்ப்பதாகவும்
நீர் கொள்ளாத பெரும் பாத்திரங்களால் ஆனது
இந்த உலகு என்றும் அழுதது
ஒரே வெளுப்பில் இந்த வானத்தை
நீலமாய் வெளுத்தது யார் என்று தேடி
வெளியே வந்ததாகவும் வியந்து சொன்னது
ஒரு கவிதையைக் கையில் கொடுத்து அழுத்தினேன்
கனவுகளுக்கு மொழிகள் இல்லையென கீழே உதறியது
மொழிபெயர்த்த கவிதை என்றேன்
தகவல்களில் உயிர் இல்லையென்று ஓடிப்போனது
கைகளில் ஒட்டிய கருமசியை
என் கனவில் துடைத்தேன்
பாம்பு விரட்டிக் கொத்த வந்தது.

நமது பார்வையாளர்

எப்போதும் செய்தித்தாள்களால்
மூடப்பட்டுவிடும் ஒரு நகரத்தை
சுத்திகரிப்புத் தொழிலாளர்கள்தாம்
திறந்து வைத்துவிடுகிறார்கள்
தொடரும் அதிகாலை மரணத்திற்கென
மலர்க்கொத்துக்களைச் சுமந்து செல்பவர்கள்
நிகழ்காலத்தை ஊடறுத்துப் போகிறார்கள்
மேலும் அந்நாளில் விழிப்பவன்
தன் வீட்டின் புறவாசலில் புகுந்து
கொல்லையில் வெளியேறிப் போகும்
அங்காடிச் சாலையொன்றை
மனைவிக்குக் காட்டிக்கொண்டிருப்பான்
நகரத்திற்கான பனித்துளிகளை
குளிர்பதனப் பெட்டிகள் வழங்கிவிடுகின்றன
பிறகு ஏனோ பைத்தியம் பிடித்தாற்போல்
நின்றுவிடுகின்றன மரங்கள்
இரவெல்லாம் இயந்திரங்கள்
தங்கள் ஆடைகளுக்குள் துழாவுவதாக
இளம்பெண்கள் முறையிடும் நகரம் இது
விரிவாக்கப் பகுதிகளில் இரைச்சலிடும்
தொழிற்சாலைகளுக்காகப் பிரபல இசையமைப்பாளர்
சில சுருதிகளைத் தூர்க்கிறார்
இரண்டொரு தலைப்புச் செய்திகள்
ஆலயத்தது மணிக்கூண்டின் நிமிட முள்ளிலிருந்து

குருதி வடியத் தொடங்குகிறது
நமது பார்வையாளர் என்பவர்
யாரோ வைத்துப்போன
உணவின் மிச்சத்தை
லாவகமாக எடுத்துக் கொண்டு
தானே பேசி சிரித்தவாறு கைவீசி
மதுக்கடையை விட்டு தெம்பாக
வெளியேறிப் போகிறவர்

கடவுளின் நிறுவனம்

துயரத்தைப் போல அலையும் உணவு

உலகின் அத்தனை தாவரங்களும்
உரமூட்டாது சோர்ந்த ஒருவனை
உயரமான கட்டிட உச்சியின்
தொங்குபலகையில் பார்த்தேன்
விளிம்பில் எச்சமிட வந்த ஒரு பறவையுடன்
அவன் பேசிக் கொண்டிருந்தான்
அங்கிருக்கும் தொட்டிச் செடிகளை
வனமென்று நம்பி வந்ததாக
அந்தப் பேதை மொழிந்தது கேட்டு
அவன் மெல்ல நகைத்தபடி வர்ணக் குழம்பை
பஞ்சுருளையில் தோய்த்து
சுவற்றில் உருட்டத் தொடங்கினான்
தான் ஆரம்பத்தில்
வானத்திற்கு நிறம்பூச வந்தவன் என்றும்
தூரத்து மேகத்தின் ஆரஞ்சுத் தீற்றல்
தனது பணிநீக்கத்தின் போது
முடிவுறாமல் நின்றுபோனதெனவும்
பெருமூச்சுவிட்டான்
அந்தப் பறவை வாஞ்சையுடன்
தனது இறகுகளால் அவனுக்கு ஒரு கிரீடமும்
கால் மகரந்தங்களால் முகத்தில் சில மஞ்சள் கோடுகளையும்
வரைந்து தந்தது
தனது உணவு ஒரு துயரத்தைப்போல
தரையில் அலைந்து கொண்டிருப்பதாகச் சொன்னவன்

உடைந்த பற்குழிகளில் தேங்கிய துணுக்குகளும்
சில புழுக்களையும் தவிர
தருவதற்கு தன்னிடம் ஒன்றுமில்லை என வாயைத் திறந்தான்
மூக்கில் அமர்ந்த பறவை அவன் பற்களைச் சுத்தம் செய்தபடி
தனக்கு வானத்தின் நீலநிறம் அலுத்துவிட்டதாகவும்
யாருமற்று ஒரு விதையுயும் முளைக்காத ஆயாசம் அல்லது
அங்கு உனக்கொரு செய்தியும் இல்லை என்றது
அப்படியெனில் கயிற்றைக் கொத்தி அறுத்துவிடு என்றான்
அந்த வெயிலில் வெம்பியவன்
இறகுகளைச் சிலிர்த்தபடி பறவை
எழும்பிய கணத்திற்கு முன்பாகப் பறக்க
அவன் ஆதிவாசி போல என்முன்
ஒரு சன்னலில் தோன்றினான்

பிரக்ஞையற்ற மழை

ஒரு குறுகலான இடத்தில்
மழையை எதிர்கொண்டு வெறித்திருப்பது
சூன்யமானதுதான்
படுமோசமான நிகழ்வாக மழை
மனிதப் பிரக்ஞையற்று பூமி விழுந்து
உருக்களில் திளைத்து
சாய்வுகளில் வழிந்தோடிக் கசிந்துகொண்டிருந்தது
ஒளிவிளக்குகள் இறங்கும் மழை காட்டி
சூடேறும் தன் மின்துயரை
மௌனித்துக் கொண்டன
வீடற்றவர்கள்போல் பேருந்துநிலையத்தில்
என்னோடும் பலர் குளிருக்கு
கணப்பற்ற ஆடைகளுக்குள் ஒடுங்கியிருக்க
வியாபாரக் கடைகள்
வரும் ஒற்றை மனிதருக்கும்
வினயம் கொண்டிருந்தன
அந்தக் காவல்காரர் குடையுடன் ஆயுதந் தாங்கி
பேருந்து நிலையத்தில் இருக்க வேண்டியவராய் இருந்தார்
இத்தனை மழைக்கிடையிலும்
அரிவாளுடன் எதிரி தேடியலையும் யாரோ ஒருவன்
தனக்குள் குளிர்ந்திருக்க முடியாதென்றால்
வீடு திரும்பும் இக்காவலர்
கண்ணயர்ந்து உறங்கும் கருக்கல் நேரத்தில்
மனிதப் பிரக்ஞையற்ற இம்மழை
சில சுவர்களைச் சாய்த்திருக்கக்கூடும்

பறவையின் கூடு

ஒரு நாளும் ஒரு பறவையின் பின்னால் ஓடித்திரியும்
அவசியமற்ற அறிவாளி
மூடர்களைப் பற்றிச் சொன்ன கதை
உல்லாசம் தேடியலையும் உலகுக்குத் தேவையற்றது
தொடர்ந்து அறிக்கைகளை
கவிதையாகச் செய்து கொண்டிருப்பவன்
ஒரு சாக்கடைக்கும் மேல் கவலைப்பட வேண்டியவனில்லை
மீண்டும் செய்திகளை எதிர்நோக்கி இருப்போம்
சலனத்தின் பிரதியுருக்களை நிகழ்கணத்தில் தத்துவமாக்கி
கொழுத்த ஆணியறைந்து சாத்து மலரிட்டு
போர்க்களங்களை உருவாக்குவோம்
நிலவின் நிழல் ஊர்ந்துதிரியும்
நிலம் கலந்த சமுத்திரத்தில்
புலனற்றுப் போக விரும்பும் அறிவாளி
பறவைகள் கடக்கும் வெளி என்பது
வெறும் தான்யத்திற்கானது என
மூடர்களுக்குச் சொன்ன கதை
அறிக்கைகளைக் கவிதையாக
செய்துகொண்டிருப்பவனுக்கும் பொருந்தும்
மூடர்களாலும் பறவைகளாலும்
உலகைக் கடக்க முடியாது
உலகம் என்பது வெளி அல்ல
அப்படியும் கண்ணுக்கெட்டிய தூரம்கூடக் கிடையாது
மனிதத் தலையுள்
பறவையின் கூடுதான் அது

கடல் கொண்டு போனவர்கள்

மீன்தொட்டிகளை வாங்கிச் செல்பவர்கள
கொஞ்சம் கடல் கொண்டும் போகிறார்கள்
தங்கள் மரத்துக் குருவிகள் நீர் சிலும்பவும்
சிலநேரம் குழந்தைகள் வலைவீசவும்
அது உணவு மேசைக்கருகில் வைக்கப்பட்டிருக்கும்
மீன்கள் நீந்தியபடியே வீடெங்கும் உற்றுப் பார்க்க
கண்ணாடிப் பாளங்கள்
நாளடைவில் கடல் தன் அலைகளை மறந்துவிடுகின்றது
அந்த மனைவி படுக்கையறையில்
தன் உதிரத்துளிகளோடு கனவு கொண்டிருக்கறாள்
குழந்தைகள் உறங்கத் தொடங்கியவுடன்
மீன்கள் மெல்லிய மின்னொளியில் அசைகின்றன
கதவு தட்டப்படும் போதெல்லாம் அதிர்கின்றன
சில பாத்திரங்களின் சப்தம்
அந்தக் கணவரின் குளியலறை இரைச்சல் தீர்ந்த நள்ளிரவு
கனசெவ்வகக் கடல் குடித்துப் பெருத்த மீன்கள்
தொட்டியை விட்டு கால் முளைத்து
இறங்கி வருகின்றன
செதில்கள் முனக குழந்தைகளுக்கு மத்தியில் சென்று
ஆழ்ந்து உறங்குகின்றன
அதிகாலை
குழந்தைகள் அவற்றின் காதைத் திருகி
கண்டித்துக் கடல் நீரை உமிழும்படி
தொட்டியில் சேர்த்துவிடுகிறார்கள்.

பறக்கும் கம்பளம்

சினம்கொண்ட ஆறுகள் வற்றும்
குறுமணல் பிரதேசத்தில் மூக்கு வளையங்களுடன்
நீர்க்குடம் சுமந்து நீ வரும் பாதை
ஓராயிரம் ஒட்டகங்கள் அனல் மூச்சிட்டுப் போகும்
நானொரு தென்திசை வியாபாரி
எனக்கு நீர் தர மறுத்த உன்னிடம்
நானும் உனது தேசம்தானென
எப்படி நிரூபிப்பேன்
இராஜபுதனம் என்பார்கள் வரலாற்றில்
கோட்டைகளும் கொத்தளங்களும்
சிதைந்து கிடப்பதைக் கண்டுவந்தேன்
மணிப்புறாக்கள் நகரங்களில் பொறுக்கித் திரிகின்றன
அறுந்த குடலைக் காகங்கள் இழுத்துத் திரிவதைப் போல்
இரயில் வண்டிகள் தடங்களில்
குறுக்கும் நெடுக்குமாய் அலைகின்றன
பறக்கும் கம்பளம் மீதிருந்து
உலகை வரும்வருவதாய் உனது குழந்தைகள்
கனவு கண்டுகொண்டிருக்கக் கூடும்
புழுதி பறக்கும் கோதுமை வயல்களிடையே
பரிவாரம் நடத்திப் போகும்
நம் பாரதப்புழையின் நாயகன்
ஒரே பாணத்தில் சதியைப் பிளக்க
பூமி துளைத்ததும்
அதே பாணத்தில் நதியை வளைக்க
நிதியை மறுப்பதும்
நீ நீர் தர விரும்பாததும்
நான் ஊர் திரும்ப இயலாததும்
சமவெளி நாகாPகம் என எவன் சொன்னது
சினம் கொண்ட ஆறுகள் கடல் சேரட்டும்
நாம் பிறவிப் பெருங்கடல் நீத்துவோம்.

எல்லோர் மீதும் பிரியம்

அவர்கள் ஏன் தளர்ந்த ஆடைகளை
இறுக்கும்போது அம்மணம் காட்டுகிறார்கள்
மோசமான குடிகாரர்கள்
எனது எச்சில் கிண்ணத்தைக் கேட்கிறார்கள்
வேடிக்கையான இரைச்சலுக்கிடையே ஒருவன்
பகிரங்கமாய்க் குறிவிலக்கிச் சிறுநீர் கழிக்கிறான்
மாறாத பருவங்களின் நோக்கமானது
அவர்களது தேகங்களைச் சப்பி விட்டிருக்கிறது
இராசயன மணம்கொண்ட காற்றுச் சூழ்ந்து
சிலர் திடுக்கிட்டு இருமுழுகிறார்கள்
விரட்டப்படும் இடங்களுக்கே மீண்டும் வந்து
இரகசியமாய் உறங்குவது வழக்கமாகிவிட்டது
கேட்டுக்கொள்ளும்படி அவர்களுக்குச் சொல்ல ஒன்றுமில்லை
தொடரும் பழமையான மரணம்
எல்லோர் மீதும் பிரியமாய் இருக்கிறது
அடிபட்ட பறவையாய் பெரும் உந்துதலோடு
நீண்ட நேரம் காத்திருக்க இயலாது
ஒருவன் கண்ணாடிப் போத்தலை உற்சாகமாய் வீசி
ஒளிரும் நிலவை உடைத்தான்
அந்தகாரம் சில்லுகளாய்ச் சிதறியது

வேட்டையாடும் வசம்சாவளி

கிழக்கே கொடுங்குளிர் துவங்கிவிட்டது
படகைச் செலுத்து
ஊசியிலை மரங்கள் வழியே
நம் குடியிருப்பிற்குப் போகும்
புதிய வாகனம் காத்திருக்கும்
ஆப்பிள்களுக்கான அறுவடைக் காலத்தில்
நமது நேசிப்பை உறுதி செய்யப்போகும்
குழந்தையொன்றை ஈனப்போகிறாய்
அன்பே
வனங்களில் வெண்பனி பொழியும் இந்தப் பருவம்
உன் முகத்தை கன்றிய சிவப்பாய் காட்டுகிறது
நீரலைகளில் மீன்கள் துள்ள மயங்குகிறேன்
முத்தமிடுமுன் மதுக்குவளையை எனக்குப் பரிசளி
பிறகு ஜெனிஃபர்
நேற்று இரவெல்லாம்
உன் மார்பகங்கள் தந்த கதகதப்பு
அதிகம் காதலிப்பதும் காதலிக்கப்படுவதும்
வீரியமுள்ளவர்களின் இறைமை
கொழுத்த யூரோ நாணயங்களுடன்
உன்னை அழைத்துச் செல்வேன்
நமது மேய்ச்சல் நிலமான நான்காம் அகிலத்திற்கு
அங்கு போர்குறித்த உரையாடலும்
குழம்பமும் பீதியும் காணும்போது பதற்றமடையாதே
பாதுகாப்பட்ட வழியில்

நமக்கான சிவப்புக் கம்பளம்
விரித்து வைக்கப்பட்டிருக்கும்
அங்கு நம் காதலை அதிகப்படுத்தும்
வெப்பமான நாட்களை அனுபவிப்போம்
அங்கிருந்து கொண்டு வருவோம்
அதன் மௌனத்தை
ஆற்றமாட்டாத கவிதையை
சுய சகிப்பின் தத்துவங்களை
ஒரு சிறானையும் கூட
நாம் ஆதியினத்தின் வேட்டையாடும் வம்சாவளி கண்ணே
பனி நிலத்திற்குச் சேகரிப்பும் சாகசமும் இயல்பு
ஆறு உறையுமுன் இறங்கு

சல்லாபி

ஒரு மனிதனுக்குக் கப்பல் கட்டும் இடத்திலிருந்து
என்ன செய்தி வரும்
அப்போது அவன் காலிஃபைபர் டேங்குகளில்
நீர் பிடித்துக் கொண்டிருக்கக்கூடும்
அவன் மனைவி மீனைச் சமைத்துக் கொண்டிருப்பாள்
கப்பல்கள் பெருங்கடல் கடந்து ஓங்கரிக்கும் சப்தம்
ஒரு எளிய மனிதனின் பெருமூச்சுப் போன்றது
எந்நேரமும் அவன் தன் குடும்பத்தை
கடவுளுக்கு அறிமுகப்படுத்திக் கொண்டிருக்கிறான்
இரவின் கேளிக்கைகளில் தொலைத்ததை
அவன் தேடியலையும் கடல்வெளி
ஓய்வெக்கவும் துர்பலமான கப்பலொன்றை
உடைத்துக் கரைசேர்ப்பது
பிறகு கட்டும் இடங்களில் கப்பல்
கசிவு ஏற்படா வண்ணமும்
அசைந்தாடியும் கவிழவும் ஜாக்கிரதையாய்
ஒரு புயல் குறித்த தீர்மானத்துடன்
வடிவமைக்கப்படுவதை
அவனுக்குச் சொல்லத்தான் வேண்டும்
கூடவே பொருள்வயின் பிரிவில்
கப்பல் ஒரு நாடோடி என்பதையும்
கரைகளை முத்தமிட்டு கடல் நடுவே
மிதந்தலையும் சல்லாபி என்பதையும்

மணல் மனிதர்கள்

ஒவ்வொரு முறையும் அந்தப் பயணி
வரும்போது புதிய செய்தி இல்லாது போனால்
ஒற்றைப் பனைமரத்தை அகற்றும்படியேனும்
சொல்லிச் செல்கிறான்
நமது முழுக்காலத்தையும் வீட்டிலுள்ள
பாண்டங்கள் நிறைத்துக் கொள்கின்றன
அறைகள் தோறும் படியும் தோல் துணுக்குகளை
சுத்தம் செய்ய புதிய வாரியல்களை
வாங்கியபடி இருக்கிறோம்
வார்த்தைகளின் அலகு சொருகிச் சொருகி
நமது வாய்கள் இறுதியில் கிழிந்து போகிறது
பச்சைப் பட்டாணியின் அளவு வன்மம்தான்
நம்மை இப்படி அனாதையாக்கி இருக்க வேண்டும்
மேலும் மணல் மனிதர்கள் மரணத்தை
ஊருக்கு வெளியே இழுத்துச் செல்கிறார்கள்
மேய்ச்சல் நிலத்தில் அவர்களிடம்
துக்கம் விசாரிக்கிறான் பயணி
அசைபோட்டுக் கொண்டிருக்கின்றன ஆடுகள்
தலைமுறைகள் அகற்றபட்ட தொலைதூர வீடுகளில்
கண் உமிழ்ந்தபடி
துருவத்தின் முதல் நட்சத்திரம் எழுகிறது
அது ஒளிரும் சிறிய பச்சைப்பட்டாணி
அளவே இருந்தது

சூடான இறைச்சி

சர்க்கரையற்ற தேனீர்
மனத் தயாரிப்பில் இருக்கும்போது
ருசியற்ற கவிதைகள் கொஞ்சம் கிடைத்தது
கோடைகாலத்து மேகங்களை
திடுக்கிட வைத்தது வானம்
மேற்கூரையில் நீர்க்கட்டிகள் அறையும் சப்தம்
இறைச்சி மணம் பரவுகிறது
கவிதைகள் நழுவி காலடியில் விழுந்துகொண்டிருந்தன
ஒரு மெல்லிய இசையை
அவை தொந்திரவு படுத்துகின்றன
உப்பிட்ட சூடான இறைச்சியைக் கொடுத்துவிட்டு
ஒரு ஆழ்ந்த முத்தமிட்டுவிட்டுப் போனாள்
வியர்வையுடன் அவளைத் தழுவி
விடுவதற்கு மறுத்தேன்
சந்தடிமிக்க நகரம்
நண்பகல் மயானம்போல் இருந்தது
ஓய்ந்த மழை விட்டுப்போன மந்தவெப்பம்
குளியலறை புணர்ச்சிக்குப் பின்
பிரார்த்தனை செய்துகொண்டேன்
அவள் துணிகளைத் துவைக்க ஆரம்பித்திருந்தாள்
கழிவறைச் சுவற்றில் காகமொன்று
அவள் நிர்வாணம் கண்டு
கரைந்துகொண்டிருந்தது.

கடவுளின் நிறுவனம்

கடலின்மேல் சலனம் கொண்ட இசை

இழிந்த புலன்களின்
தற்செயலான ஒரு பரப்பில்
ஆலம் விழுதுகளைப்போல்
வழிந்துகொண்டிருக்கிறது இசை
நரம்பிடுக்குகளின் ஒலித்தாரை
மின்னலைப்போல் துளைத்து அலைந்து குலைய
சடசடத்து வெளியேறுகின்றன என் குருட்டுப் பறவைகள்
வருடும் இசைக்குள்
ஒரு மலை இடுக்கின் அந்தரங்க நீர்க்கசிவாய்
குளிர் நனைகிறது அடிவயிறு
எல்லாத் திசைகளுக்கும்
வெள்ளமாய் அடர்ந்து வழிகிறது நாதம்
துடைகளுக்கிடையில் சின்னஞ்சிறு மழலையை
இடுக்கிக்கொள்ள வேண்டுபோல் ஒரு திளைப்பு
ஒரு கண்ணீர் துளி புறப்பட்டு
கன்னங்களில் இறங்கிக் கொண்டிருக்க வேண்டும்
கடல்களின்மேல் அலைகளுக்குத் தெரியாமல்
சலனம் கொண்டிருக்கிறது இந்த இசை
கட்புலனாகா கம்பியொன்றில்
கீச்சிட்டவாறே இம்பூமி
உருவிக்கொண்டு போகிறதா
வெடிப்புறும் சப்த ஜாலங்களில்
சிக்கிச் சிதறுகிறது எனது உடல்
நிறுத்த முடியாதா
எல்லாம் தெளிவாகும்முன்
ஒரு பனிக்கட்டியைப்போல் இந்த இசை
கொடூரமாய் உறையும்முன்
தயவுசெய்து என் கால்விரல்களை சொரணை வர யாரேனும்
நசுக்குங்கள் வலிமையாய்
இரத்தம் துளிர்த்தாலும் பரவாயில்லை

இலவசத் துக்கம்

இளம் பெண்கள் சிலர்
பிள்ளைகளைத் தெருவில் கூவி
விற்றுக் கொண்டிருந்தார்கள்
இரண்டு வேளை உணவிற்கும்
ஒரு முழு மதுப்போத்தலுக்கும்
விலை தகைந்துகொண்டிருந்து
தள்ளு கூண்டில் அலங்கமலங்க விரல் சூப்பியும்
தூங்கியும் துவண்டும் கிடந்தன பிள்ளைகள்
தாங்கள் பெற்றதும் பொதுமருத்துவமனையில்
கைவிடப்பட்டதுமாய்ச் சேகரிக்கப்பட்டவைகள்
சாடிகளில் செருகி வைக்க மலர்ந்த முகமுடைய
குழந்தைகளை மட்டுமே வாங்கினர் சிலர்
ஒன்றை வரவேற்பறையில்
ஆணியறைந்து மாட்டியிருந்தார் ஒருவர்
எந்நேரமும் அதன் அசைவை ஒழுங்குபடுத்தியும்
சிலநேரம் அந்தரங்கமாய்ப் படுக்கையறையிலும்
கிடத்திக் கொண்டனர் சிலர்
ஒருவர் பேப்பர் வெயிட்டாகப் பயன்படுத்தினார்
துறைமுகத்தில் தன் வருகைக்காக
சயனித்திருக்கும் காதலனுடன்
ஒருமுழு இரவும் போதையில் சம்போகம் கொள்ள
போதுமாய் இருக்கிறது இந்த வியாபாரம் என்றாள் ஒருத்தி
தங்களுக்கு அகப்படாமல் பல குழந்தைகள்
நகரெங்கும் இலவசமாய்ச் சிலருக்கு கிடைத்துவிடுவதாய்
துக்கமடைந்தாள் இன்னொருத்தி
இதற்கிடையே சில கூண்டிலிருந்து நழுவி
பாதாளச்சாக்கடைக்குள் நுழைந்துகொண்டிருந்தன
ஒன்று பேருந்துச் சக்கரத்தில் சிக்கியிருந்தது.

பீங்கான் நிலம்

பீங்கான்களை அடிக்கடி தவறவிடும்
நோய் பற்றிக்கொண்டது அவனுக்கு
கிழக்கில் குட்டையோரம் பெரும் மலைபோல்
உடைந்த பீங்கான்களைக் குவித்திருந்தான்
சின்னஞ்சிறிய குளவிகள் அதில் கூடு கட்டி
பெரும் சிலந்திகளுக்கு இரையாயின
பீங்கான் கணக்கில் அனேகச் சம்பளம் இழப்பாயிற்று
சீனத்திலிருந்து வரும் உயர்தரப் பீங்கான் அவை
குதம் வழியே அடிக்கடிப் புணரப்படுவதால்
அவன் கனறும் சிரங்கு நோய்க்கு ஆளாயிருந்தான்
நடந்துகொண்டே தூய்மையான மழை நீரை நாக்கில்
ஏந்துவது அவனுக்குப் பிடிக்கும்
அடுக்க முடியாமல் பீங்கான்கள்
வந்து விழுந்த வண்ணம் இருக்க
குட்டை தேனீராய் மாறியதையும்
நிலம் பீங்கான் கோப்பையாய் வானுயர எழுவதையும் கண்டு
நள்ளிரவில் தன் குறிகளை இரணம் கிளறக் கசக்குவான்
யார் ஒருவன் மறைவிடங்களில்
தாயின் நிர்வாணத்தை இரகசியமாய்க் காண்பானோ
அவன் தேவ உலகில் குழந்தையாய்ப் போய்ச் சேர்வான்
என அவன் ஆசீர்வதிக்கப்பட்டதிலிருந்து
பகல் இரவு காணாது பீங்கான்களை
உடைத்துக் கொண்டே இருந்தான்.

கிணற்றுத் தவளை

தடித்துக்கிடந்த தார்ச்சாலை
ஒரு ஆலையின் இயக்குப் பட்டையாய்
எழுந்து ஓடிக்கொண்டிருக்க
மேகங்கள் இறங்கி விளையாடும்
ஒரு பசும்புல் வெளியில்
இறந்த மாமிசமாய் ஒரு பிண்டம் கிடந்தது
செய்வதறியாது நான்
நிர்வாணமாய் ஓடிக்கொண்டிருந்தேன்
பாசி படர்ந்த கிணற்று விளிம்பில்
எப்போது இறங்கினேன்
நடுக்குற்று கால்கள் நழுவ
ஓலத்துடன் ஒற்றையிலை பறித்துக் கொண்டு
உள் விழுந்தேன்
குறியை மூடிய இலை
கொடியாய்ப் படர்ந்தது மேனியில்
எங்கிருந்தோ உதறிச் சுண்டியது ஒரு விசை
மேலெழும்ப கொடியறுந்து விழுந்த இடம்
இழிந்த துர்நாற்றத்துடன் கூடிய கழிவுக் குட்டை
பிளந்துகிடந்த இறந்த மாமிசத்தை
புசிக்க ஆரம்பித்தேன்
கிணற்றுக்குள்ளிருந்து ஒரு கல் வீசப்பட்டது
தொடர்ந்து சரமாரியான கற்கள்
மேகத்திற்கிடையே நீல ஆடைக்குள்
என் குறியைத் தினறு முடித்திருந்தது
கிணற்றுத் தவளை.

சிற்பங்களின் காலம்

இந்த மரங்கள் பூக்களை உதிர்ப்பது
நம்பத் தகுந்த ஒருவனின்
புன்னகை போல் இருக்கிறது
வசந்த காலத்தின் பாடல்கள் பசேலென
பூமியை ஊடுருவிக்கொண்டு போகின்றன
தச்சர்கள் உளி கொத்தி இசைக்கிறார்கள்
பகலைக் கடத்தி வந்தவன்
அதைக் கடலுக்குள் எறிகிறான்
யாரும் திறக்காத சிப்பி ஒன்று
ஓடு திறந்து சொல்கிறது
தனது சிறிய உறுத்தலை
நகரத்தை விட்டு வெளியேற முயன்ற
பல்லாயிரம் காலடிகள் அலைகண்டு
பயந்து திரும்பியிருக்கின்றன
பகலை எறிந்தவன் காலத்தை
தனது காதில் ஒரு பீடியைப் போலச் சொருகியிருக்கிறான்
தூக்கத்தில் கழிக்கும் சிறுநீரைப் போல
எப்போதேனும் மலைகள் ஒரு ஓடையை
பிரக்ஞையின்றி தரையிறக்கிவிடுகின்றன
நீரின் புகை எழும்பும்போது
அவன் காலத்தைப் புகைக்கிறான்
சிற்பங்கள் ஆவியைப் போல உயிர்பெறுகின்றன
காலடிகளுக்கிடையில் அவை காண்கின்றன
முத்தை உருவாக்காத சிப்பியின் ஓடுகள்
ஏராளமாய் நொறுங்கிக் கிடப்பதை

நாம்தான்

அதிக பாரமேற்றிய தொலைதூர லாரி போல
அரற்றி முனகிப் போகிறது விடுமுறை
தனது கைத்தொலைபேசி மூலம்
முதல் காமத்தைத் தெரிவித்துக் கொண்டவர்கள்
சந்திப்பு வெளிகளில் காத்திருக்கக் கூடும்
உத்திரவாதமற்ற ஒரு பரிதவிப்பு நாள்
நமக்கு விடுமுறையாகக் கிடைத்து விடுகிறது
உள்ளாடைகள் அணியாமல் இருப்பது தவிர
நிஜமான ஓய்வு நாளை யாருக்கும்
பரிசளிக்க முடியவில்லை
பற்பசையின் வாசம் துவக்குகிறது விடுமுறையை
மேலும் அது ஒரு படுக்கையை
சுத்தமாக்கும் நாளும் கூட
அந்நாளில் கயிற்றைக் கட்டி
வீட்டைப் பள்ளிக்கூடத்திற்கு இழுத்துப்போக
முயல்கின்றன குழந்தைகள்
விற்பனை மையங்களில் செலவாகும்
ஒரு விடுமுறை நாளை பிறகு என்னதான் செய்வது
பியர் குடித்துவிட்டு ஆழ்ந்து உறங்குவதை
எந்த நிறுவனமும் சிலாகிப்பதில்லை
தீடீரென சூரிய வெளியில் இறங்கி
ஒரு கழுகு ஓடும் எலியைப் போன்ற
நமது விடுமுறையைத் தூக்கிப் போய்விடுகிறது
நாம்
நாம்தான்
உள்ளாடைகளை அணியத் துவங்குகிறோம்

அப்பால்

சொன்னால் தீருகின்றதா எனப் பார்ப்போம்
இன்று காலையில் குருவி முட்டைகள் தவறி விழுந்து
கம்யூட்டர் பாழாய்ப் போயிருந்தது
இரவில் அதன் வழியேதான் தொலைதூர
பால்வெளியைப் பார்த்துக் கொள்ள நேர்ந்தது
ஒரு பெண்ணின் அந்தரங்க உறுப்பை
சான்விட்சைப் போல் சுவைத்துக் கொண்டிருந்தான் ஒருவன்
கருவுற்றிருந்த மனைவியைக் காலாற நடத்தி வந்த பிறகு
நறுமணமிக்க ஊதுபத்திகள் புகையும்
அன்றாடம் சிலநேரம் விசேஷமாய்த்தானிருக்கிறது
ஊடகங்களோடு இயைந்த ஒளி வாழ்வின்
புற இருள் பழகிப்போக
கொஞ்சம் பால்கனிச் சுவரோரம்
தொட்டிகளில் பசுங்காடுகள் வைத்துக் கொள்வதும்
பொது ஜனம் மிரள பைத்தியக்காரனைப் போல்
தெருவில் தேவைகெனச் சத்தமிட்டுப் போவதும்
பின்பு விதையில்லாத திராட்சைகளூடே
மனைவியைக் கரிசனம் காய்வதும்
மீண்டும் மீண்டும் புணர்வதும்
காரணங்களாய்ச சிலவற்றை கற்பிப்பதற்கும் அப்பாலா
வாழ்க்கைக்கு வினயம் வேண்டியிருக்கிறது.

வறுத்த தானியங்கள்

நான் நிலத்தை உழுதுகொண்டிருக்கிறேன்
தயவு செய்து நீங்கள் படிமத்தைக் கைவிடுங்கள்
பிளவுறும் மண் செதிள்களுக்கிடையே
பறவைகள் புழுக்களைக் கொத்துகின்றன
நாளைய அந்தியில் தொலைதூரத்தில் காமங்கண்டவன்
என்னுடன் இராத்தங்க வருகிறாள்
இந்த உழுத நிலம் அப்போது என்னுடையது
உங்கள் கைவசம் தானியம் எதுவும் இருப்பின்
வறுத்து வைத்துக் கொள்ளுங்கள்
எப்படியும் அது ஒரு துளி உதிரம் சிந்தும் புணர்ச்சியாகலாம்
இல்லையேல் ஒரு துளிக் கண்ணீர்
அந்நிலத்தின்மீது கடல்நீலைப் பாய்ச்சி இருக்கும்
ஊறுகாய்ச் சாடிகளை
இப்போது நீங்கள் குலுக்கிக்கொண்டிருக்கிறீர்கள்
நான் நெருப்பைத்தான் பயிரிடுகிறேன்
அறுவடைக்காலம் வரும்
அறியாது சிந்திய ஒரு துளி விந்து
உரமூட்டியிருக்க வேண்டும்
இல்லையேல் வறுத்த தானியங்கள் எப்படி முளைவிடும்
அவள் பிரிந்துபோன வெளிறிய காலையில்
உழுத வியர்வையைப் பனியமர்த்த
நீங்கள் கைவிட்ட படிமங்களோடு
அந்நிலம் சுருண்டு உங்கள் தானியக்குதிரில்
போய் அடங்கும்
இங்ஙனமே
நீண்டகால நிலமும்
நிறம் வெளுத்தெனைப் பிரிந்தவளும்
யார் வசமும் நிலைக்காததால்
நீங்கள் தொழுதுண்டு
என் பின்னால் வரத் தேவையில்லை

முன்னுதாரணங்கள்

உன் ஒப்பனைக் கண்கள் புன்னகைத்து இறுகும்
விடிகாலை கேளிக்கை மையத்தில்
இன்னுமவன் பாடிக்கொண்டிருக்கிறான்
திருடும் கடவுளைப் பற்றிய கேலிகள் சுழன்று
கருக்கலில் நட்சத்திர வெளி நோக்கிக் கூர்ந்தன
மரங்களின் நடனமோ இன்னும் ஓயவில்லை
மங்கத் துவங்கும் இமைகளும் மரத்துப்போன
உன் தோள் சதைகளும் என் இணக்கமான பிடியில்
தேங்கிய போதையை உசுப்பியது
கொஞ்சும் சிரிப்புடன் அதை நீ நேசிக்கிறாய்
இது சரியான தருணம்
பனியும் வெப்பமுமாய் வாகனத்தினுள்
நமது நேசமூட்டும் புலர் காலைப் புணர்ச்சிக்குப் பின்
கரைந்து தீரப்போகும் இவ்வுலகின் அவசரங்களுக்கடையே
முழுதாய் உறங்க ஒரு பகல்பொழுது காத்திருக்கிறது
இன்றைக்கவன் மரணம் பற்றியும்
தீர்மானமற்ற பரவசங்கள் பற்றியதான
ஒரு தத்துவப் பாடலைக் கைவிட்டிருந்தான்
பாயும் கரும்புலிகள் வரைந்திருந்த என் தேகத்தை மீறி
நானும் உன்னைப் போல் கூந்தல் வளர்ந்திருந்தேன்
புகைத்து கறுத்த உன் உதடுகளில் உறைந்திருக்கும் ஆண்மை
எனக்குள் பெண்மை கிளர்த்தியதை
யோனி மொழியில் சொல்ல முன்னுதாரணங்கள் இல்லை
இதோ அவன் கைவிட்ட பாடலின் சாயல்களோடு
பகல்பொழுது வந்துகொண்டிருக்கிறது
உலகு புரந்து கொள்ளட்டும் கடவுள்
உன் பொம்மைக் குழந்தைக்கு ஆணுறைகளை
காலுறையாக்கி என்னைக் கேலி செய்யாதே
சாலைகளில் வெறியுடன் சீறும் வாகன நெரிசலுக்கு முன்
வா பிரிந்து அயர்வோம்.

ஒரு துண்டுப் பிரசுரம்

பற்றுக் கோடற்று
எங்கு விழுந்தாய் தோழி
சுற்றிக்கிடக்கும்
துயருற்ற கடல்களைத் தாண்டி
உன் பார்வைகள் விகசிக்கும் முன்
குறுக்கப்பட்ட உன் நில வாசல்களில்
புதையுண்டு போனாய்
அங்கையிலிருந்து கிளம்பிய உன் ஆவேசம்
தெறித்தெங்கும் கடலலைகளில் திமிர்கிறது
நீயோ மௌனமாக நதியின் வழியே
தடமற்று நீந்திப் போனாய்
உனது குருதி வெடிக்கும் நாளங்களின்
தத்தகாரமிடும் நடனங்கள்
அரங்கேறும் அவை மீது
ஒற்றை வயலின் கானம் ஓய்கிறது
தேவதைகள் தரைவரக் கூடாதுபோலும்
உனது சிறுவர்கள் வளர்ந்தவராகிய பின்பு
கண் நிறைந்த காதலருக்குக் காத்திருக்கும்
உன் பெண்கள் இன்னும்
இருள் நிறைந்த பயங்கரங்களுக்கு ஊடாக உறைகிறார்கள்
பகலில் உருவாக்கப்பட்ட
அழகிய இரவின் மடியில்
உறங்கு பெண்ணே
தொலைவில் உறுக்கும் நட்சத்திரங்களுக்கிடையே
தூக்கி எறியப்பட முடியாத
ஒரு கேளிவியாய்
(மறைந்த ஈழத்துக் கவிஞர்கள் செல்வி மற்றும் சிவரமணிக்காக)

கடவுளின் நிறுவனம்

இந்த வருடம் மழைக் குறைவு

குறைந்த கூலிக்கு முந்திரிக்கொட்டை
உடைப்பவளை எனக்குத் தெரியும்
கடல்மீன்கள் விற்கும் சந்தைக்கு
வந்தால் புன்னகைப்பாள்
தூறல் நாட்களில் மரச்சாலை வழியே
குடை பிடித்துப் போகும் அவளை
ஓயாமல் காதலிக்கிறான் ஒரு குதிரை லாடம்
அடிக்கும் பட்டறைக்காரன்
லாடக்காரன் என்னுடன் மது குடிப்பான்
நீண்ட மழைக்காலத்தின் மத்தியில்
உடலுறவிற்கென ஒருமுறை அவளை அழைத்தோம்
அவள் ஆர்வத்துடன் ஒத்துக் கொண்டாள்
எருமைகளுக்கென வளர்ந்த பசும்புற் சரிவில்
பொதித்த ஈரம் பொங்க இருவரும் சுகித்தோம்
அந்தியில் கனத்த மலைத் தடத்தின் வழியே
குதிரையின் தானியப்பொதி ஏற்றிவந்த
அவள் கணவன் ஏதோ தனக்கு மளைப்போல்
பொறுப்பற்றுத் திரிவதாய் அவளை ஏசினான்
அவளோ புன்னகை மிளிர
எங்களைச் சகோதரர்கள் என்று அறிமுகப்படுத்தினாள்
அவன் சில ஆரஞ்சுப் பழங்களை எங்களுக்கு
அன்பளிப்பாகக் கொடுத்தான்
இந்த வருடம் மழைக்குறைவு என்றவாறே
அவள் மயிர்கற்றைகளை நீவி முடிச்சிட்டான்
அவன் தோளில் சாய்ந்து அவள் விடை பெற்ற கணம்
எங்களை இருள் சூழ்ந்திருந்தது
கைகளில் பழங்கள் மிருதுவாக இருந்தன.

கால்பந்து மைதானம்

இடுப்பசைவுடன் தீவிரமான தொனியில்
அதிர்ந்துகொண்டிருக்கும்
ஒரு நாடோடி கிடார் கலைஞனின்
உடைகள் பற்றியும் ஒழுங்கற்ற கூந்தல் பற்றியும்
அந்நியம் கொள்ளாதீர்கள்
மக்கள் கூடுமிடங்களைத்தான்
அவன் இன்னும் தேர்ந்து கொண்டிருக்கிறான்
கால்பந்தாட்ட மைதானங்களில்
கடவுளரின் ஊர்வலங்களில்
மனிதப் பேரோசைக்கிடையே
கடைவாயில் நீர் கசிய கிடாரைக் குலுக்கி
துடித்துக் கொண்டிருப்பான்
மேலும் இற்றுப்போன ஜீன்ஸ் பாக்கட்டில்
சிறிய மதுப்போத்தல்
துருத்திக் கொண்டிருப்பதைக் காண்பீர்கள்
உங்கள் நாகாPக அமைதியும் நளினமும்
கடந்துபோகும் பாதையில்
அவன் தொழிற்படுதல்
தெறிந்துவிழும் நாணயங்களுக்காக மட்டுமல்ல
சிலவேளை ஆக்ரோஷமான போதைக்காகவும் இருக்கலாம்
எங்கும் ஈயப் புகை பரவும் நகரத்தில்
அவனருகே காதலர்கள் அண்மித்திருப்பதும்
பைத்தியங்கள் நடனமாடுவதும்
புறப்படுவதற்குத் தோதாய்

பலரின் காத்திருப்பும்
எவ்வளவு இணக்கமானது
ஆனால் அந்தப் பித்தலாட்டக்காரன்
ஒரு பெரும் கால்பந்து மைதானத்தில் வைத்து
தன்னைக் கொலைசெய்ய கடவுள் வெறியுடன் அலைவதாகவும்
அந்தப் பெரும் இரைச்சலுக்கிடையே
ஒளிய இயலாமல் சாகவே தான் விரும்புவதாகவும்
கண்ணீருடன் பசப்புகிறான்
அந்தப் பாடலின்போது உங்கள் நாணயத்தில்
ஒன்றை வீசிவிட்டுப் போய்விடுவதுதான் நல்லது

முக்கோணமாய் இல்லாத உலகம்

உலகம் ஒரு நெளியும் சாய்சதுரம்
சமயத்தில் நெருங்கி நீளும் தடி
வட்டமாகவும் சிலநேரம் மீண்டுகொள்கிறது
நேற்று அது கூம்பு வடிவமாக
வெளிநோக்கி உயர்ந்ததைப் பார்த்தேன்
அதற்குச் சற்று முன்புதான்
அது உருளையாக இருந்தது
அதற்காக முக்கோணமாக இருந்தது
என்றெல்லாம் சொல்லக் கூடாது
அதைவிட ஆச்சரியம் என்னவெனில்
எப்போதும் அதைக் கோளமாக உணர முடியவில்லை
இப்போது என் கண்கள் சாய்சதுரமாக இருப்பதை
திடீரென உணர்ந்தேன்
கிடைக்கோடாக இருக்கும்போது
பள்ளத்தில் அல்லது மேட்டில்
தவறி விழுவதாகவும் இடறுவதாகவும் இருப்பதால்
என் பாதங்களும் ஏறக்குறைய
சாய்சதுரம் போலத்தான் தெரிகிறது
இப்போது என் கண்களும் பாதங்களும்
தொலைவில் குவியும் புள்ளியில்
என் எதிரே வந்தவன்
எனக்கு வழிவிட நானும் இடது பக்கம் விலக
அவன் உணர்ந்து வலப்பக்கம் நகர
உடனடி கருதி நானும் வலப்பக்கம் நகர
நின்று ஒருமுறை நிமிர்ந்து பார்த்து புன்னகைத்து
இடமும் வலமுமாய்க் கடந்தோம்
இப்போது உலகம் ஒரு அலைபடும் சாய்சதுரம் என
உறுதியாக உணர முடிந்தது.

நீண்ட சபதம்

முகவிசாரங்கள் படர்ந்து கொண்டிருக்கும்
எல்லையற்ற உயிரொலிகள் முணுமுணுக்கும்
கடைசி வார்த்தை தேடியலைகிறேன்
அது ஆலயங்களின் புற வாசல்களில்
நகரோடு கலக்கும் தருணத்தில்
சிதறிப் படர்ந்துகொண்டிருந்தது
திடுக்கிடும் குரலாய் நிர்வாணத்துடன்
ஒன்றிரண்டு சந்துகளில் ஓடி ஒளிவதையும் கண்டேன்
சொறிபற்றியுலர்ந்த நாயின் முன் கிடக்கும்
வறண்ட புரைக்கு எதிரான
ஓலமாகவும் அது இருந்தது
சிலவேளை கனத்த கோஷங்களுக்குள்
மயானங்களின் நண்பகல் மௌனத்தில்
கூவுங் கோழிகள் வந்தடையும் அந்தியில்
அடைத்துவிட்ட மதுக்கடை வாசலில்
என இறுதியில் அது
ஒரு ஒலிபெருக்கியின் முன்னால்
நீண்ட சபதமாக முடிந்துகொண்டிருந்தது.

உங்களுக்கான தேனீர்

நீங்கள் அதிக தயாரித்த
சர்க்கரையில் சிக்கி
இவ்வெறும்பு மரணமுற்றிருக்க வேண்டும்
இப்போது நீங்கள்
மறுத்துக் கொண்டிருக்கும் தேனீரில்
அதன் உடலைக் காண்கிறீர்கள்
எடுத்துவிட்டு அருந்துமாறு கட்டளை வரும்போது
நீங்கள் கோபத்துடன் சுவைக்காமல்
கட்டணம் கட்டி வெளியேறலாம்
இல்லை நன்றாகக் கண் தெரியுமென
நண்பர் தமாஷ் செய்யும்போது
எடுத்து வீசிவிட்டு குடித்தும் வைக்கலாம்
அப்படியில்லாமல்
உங்களுக்குப் புதிய தேனீர் தரப்படுமெனில்
உங்களுக்காக அதிகம் தேனீர் தயாரிக்கப்படுகிறது.

வினையாலணையும் பெயர்கள்

சொற்கள் வழக்கொழிந்து வரும் ஒரு நிலத்தில்
ஒரு பழைய நாணயம்கூட
செல்லும்படியாகி விடுகிறது
உணர்வுகள் குறைந்து விட்டதாய்
முதியகாதலி விடுவித்துக் கொள்கிறாள்
வாழைமரங்கள் ஈரத்தோடு
தன் மருந்திட்ட இதழ்களை உதிர்க்கிறது
அதன் அடிப்புறத்தில்
நத்தைகள் காதலித்துக் கொண்டிருக்கக்கூடும்
சலித்துப் போனவர்கள்
அதிகம் பேசும் இடங்களில்
தங்கி விடுகிறார்கள்
தம்மிடம் மௌனமாய் இருப்பது குறித்து
சந்தேகம் வந்துவிடுகிறது
சொல்லத் தெரியவில்லை என்கிறான்
விதைப்பையில் வீரியம் நிறைந்தவன்
ருசியற்ற கொட்டாவி
கசிவற்ற பழங்குய்யம்
உலர்ந்த நத்தைகள்
திரிந்த தாது
காய்ந்த கதலி
களிம்பு நாணயம்
ஒரு வழக்கொழிந்த நிலத்தில்
அதன் சொல்லகராதி
இப்படியாக ஏதேனும்
வினை புரிந்து கொண்டிருக்கலாம்.

உனது சந்ததிகள்

வெண்ணெய் தடவப்பட்ட காய்ந்த ரொட்டியும்
ஒரு குளிர்பானமும் உன் அதிகாலையை
அலங்கரித்தவிதம் மற்றும்
உன் நிதம்பத்தின் அத்தனை இரகசிய முனகல்களையும்
புறம்தள்ளும் வெளியின் சம்பிரதாய விசாரிப்பிற்கிடையே
உன்னைக் கண்காணித்து அலையும்
உன் புழையின் மாமிசப்பட்சி நான்
உன் நறுமணக் குளியல் படரும் ஈயப்புகை வெளியில்
ஒற்றைவரிப் பாடலொன்றைப் புணர்ச்சியின் விதியாய்
அரூபமொழியில் பாடித் திரிகிறேன்
என் மனத் திரிபுகளில் மையங்கொண்டு
இழைப்பெருக்கம் உன் யோனியென
பொருள் விரியும் பேரண்டம்
சைத்தியங்கள் மறந்து உன் தளிரிதழ் கூம்பின்
மொட்டுக்களைப் புகட்டொருவாய்
விதி தனது முற்றர்த்தத்தின் நாடகவெளியில்
நம்மை இணைத்திருக்கிறது
உன் உணவில் மதுவையும் மாமிசத்தையும்
கலப்பவன் நான்
புலன்மறுக நடனத்துடன் உள்பரப்பெங்கும்
உலவும் தளுக்குக்காரன்
அங்கே ஓர் இரவிற்கும் பகலுக்கும் இடையே
ஓயாது உனைக் காண்கிறேன்
நெடும் பாதையென திகைத்து நான் திரும்பும் வேளையில்

கானல் தகடுகளில் நீர்ச்சலனமாய் உனதுடல் எழும்புகிறது
வெப்பத்தால் உடலெங்கும் திமிறும் காமம்
துப்பிச் சுயாதீனம் அடையும்படிக்கு
சபிக்கப்பட்டிருக்கிறது எனது வழிநடை
பசலைப் பெண்ணின் மிருதுதடு சுவைக்கும்
ஏகாந்த புலித்தாடையும் எனக்கு
உனது சந்தடிகளால் கணிக்கப்பட்டது இவ்வுலகம்
பசித்தடங்கும் நள்ளிரவுகளால் புனையப்பட்டது
உடல் மண்டியிட்டு அழும் இந்த இராட்சத வெளி
இன்னுமுன் யோனியின் உப்பளங்களில் பெருகுகிறது
அதன் கடல்வாடை
அற்புதங்களைச் சுமந்தலையும் உனக்கு
வழங்கப்பட்டிருக்கும் மொழி
புராதன உலகின் உதிரச் சேகரிப்பு
அது பால் மற்றும் இனவிருத்திக்கென
பழங்கொட்டிலில் உனக்கு விநியோகிக்கப்படுகிறது
ஆயினும்
ஒரு கவிதையைப்போல் செய்யப்பட்டதல்ல
சிறு தூரலில் படபடக்கும் வனமும்
நம் முத்தத்தின் மணல் ருசியும்
நீர்ப்பாத்திரங்களில் சலனமேற்பட
அறையெங்கும் சீறும் உன் குரல் ஆவேசத்திற்கிடையே
உறையும் நள்ளிரவை யார் மொழிபெயர்ப்பது
மிருகங்களின் தந்துகிகளாலும்
அவற்றின் கொம்பிலிருந்தும்
கூடிமுயங்கும் ரௌத்திரம் ஏறிய பாசான உடல் நமக்கு
அதன் நீர்ச்சித்திரம் சிலந்திசப்பிய
உலர்ந்த கூடாய் கண்டும்முன்
சரேலென ஆடைவிலக்கு
அறியத் தருவதாய் ஆசையும் உலகம் இற்றுவீழட்டும்
தூய காமம் முற்றிலும் ஆவியுலகைச் சேர்ந்தது
காதலர்களின் இடுகாட்டில்
எலும்புகள் சேகரிக்கும் நிழற்பருவத்தினர்

தலையோடுகளின் விழிப்பொந்தில் உறைந்த
ஒரு பனித்துளி நக்கியபழும் விரகம் தாளாது
என் புனைவானது மொழிக்குள்
ஒழுங்கற்றும் முறையற்றும் புகுந்தலைகிறது
அங்ஙனமே நான் பரிந்துரைக்க ஏதுமற்ற
மொழியின் முன்னிலையில் நீ இருக்கிறாய்
பல்லாயிரம் இரவுகளைக் சுருக்கி உதிரங்காட்டி
நாம் துவங்கும் அபத்த இரவு வேண்டாது
முற்றிலும் நிராகரிப்பதாய் ஆன உலகில்
ஆறுதலுக்காக அல்ல
சுயகாமத்தால் என்னிடம் ஒருவாசகம் இருக்கிறது
கோடையில் வற்றிய குளத்துநீரின்
அடிச்சேறு இரவின் வெப்பத்தால்
குமிழியிடுவதைப்போல் உன் யோனி
பொங்கி நுரைத்திருக்கும் கொந்தளிப்பான அகாலத்தில்
அவ்வாசகத்தின் ஆள்காட்டி விரலால் உனையழைப்பேன்
நீ வருவாய் அறிவிலிருந்து உடலை மீட்டுக்கொண்டு
சுவர்கள் உருகிவழிய நிலவையும் விண்மீன்களையம்
அறைக்குள் இழுத்துப் போட்டபடி
அடித்தரை பெயர்த்தே உள் நழைந்து
கடல்முழ்கி விளையாடி கைவிரல்களில் முத்தமிடுவாய்
அங்ஙனமே ஒரு அதிவேக மோட்டார் ஓட்டியை
சிலிர்ப்புடன் துரத்திவரும் மரணம்போல்
என் காமம் சுவாரஸ்யத்திலும் தீவிரமானது
அதனாலும் ஒருவேளை இதுகாறும்
என்னில் பயந்து நீ விலகி இருக்கிறாயெனில்
ஆகவே இருப்பிற்கு வேறு அர்த்தங்கள் உண்டோ எனில்
சொல்லப்பட்டதன் அடையாளமாய் சுழலும் வெளியில்
உனைவிடுத்து நான் மட்டும்
கடவுளைப் போன்றே நபும்சகனாய் இருப்பேன்
நியான் ஒளிரும் நள்ளிரவில்
விளம்பரப்பெண்ணின் தூய்மையுடன்
நீ பிம்பமெனவே என் கண்ணில் அடுக்கடுக்காய்
உறைந்திருப்பாய்

வனவாசியின் ஞாபகம்

இருபதினாயிரம் வருடங்களாக
டயரிக் குறிப்பெழுதும் ஒருவன்
தன் குறிப்பேட்டில் தவறவிட்டிருந்த
ஒருநாளை விசாரிக்க – பதற்றமடைந்தான்
அது நம்பமுடியாத நிகழ்ச்சி ஒன்றை உடையதாகவும்
நிலைபெற்றுவிட்ட பலவற்றின் துவக்க நாளாகவும்
இருக்கக்கூடுமெனக் கவலையடைந்தான்
ஆதியில் பூமி ஒருநாள்
வழிதவறிப் போய்விட்டதாக
வனவாசி ஒருவன் ஞாபகத்தில் சொன்னான்
உனது மொழியில் அந்நாளை
புனைவுகொள்ள முடியாதா என
புராணிகன் ஒருவன் கோபித்தான்
சாடின் மீன்குப்பிகளை
பூனைகள் முகர்ந்தபடி இருக்க
ராகியும் கீரைத்தண்டும் இட்ட களியினை
இளம் மனைவி ருசித்துக் கொண்டிருந்தாள்
குட்டையிலிருந்து வாத்துக்கள் மேலேறி வந்தன
களைத்தபடி கரையில் தோன்றினான் நோவா
தேநீர் அருந்தி குறிப்பேட்டில் கையொப்பமிட்டான்
சரக்குடன் படகு மறைந்துவிட்டதென வருந்தினான்
எஞ்சியிருந்த பனிக்கட்டி
பாஸ்டன் தேநீரில் மிதந்தது.

பசியின் ஓசை

மனிதர்கள் இல்லாத உலகத்தில்
ஓசைகள் பிறந்தன
அலைக் கூறி முடித்ததும் காற்று
சூறாவளியாய் சப்தம் கொண்டோடியது
தாவரங்கள் அசையும் விசை எழுப்ப
பறவைகள் படபத்துக் குரலிட்டன
மிருகங்களின் உறுமலோசையுடன்
வானம் இடித்துக் கொட்டியது
துளிகள் தடதடத்து பூமி தொட்டன
உடல் குருத்தில் விலங்கோசையுடன்
ஒரு நாள் மனிதன் வந்தான்
ஒத்திசைவுகளை ஒன்றிணைத்தான்
உடல் அசைவை கூட்டிசைத்தான்
ஒலி ஒழுங்கானது மொழி களம் கண்டது
சொற்களாய் ஆனது உருவம்
உருவம் சொற்களால் ஆனது
சொற்களாய் ஆனது உணவு
உணவு சொற்களால் ஆனது
ஓசைகள் இல்லாது உலகத்தில்
மனிதனும் இறந்தான்
மரணம் சொற்களாய் ஆனது
சொற்களால் ஆனது மரணம்
யாருடைய உலகத்தில் ஓசைகள் பிறக்கின்றன
பசியின் ஓசை மிச்சமிருக்கிறது உலத்தில்
பசியின் ஓசையும் சொற்களாய் ஆகலாம்
ஆனால் சொற்களால் ஆனதில்லை
பசியின் ஓசை.

கடவுளின் நிறுவனம்

துப்பாக்கி இல்லா மனிதன்

எனக்கு ஒரு துப்பாக்கி வேண்டும்
அதைக் கடவுள் செத்துவிழ
வானத்தை நோக்கிச் சுடுவேன்
குறிதவறி எதிரே இருப்பவன் செத்து விழுந்தாலும்
பரவாயில்லை
அதுவுமற்று
ஒரு புல் பொசுங்கினாலும் போதும்
அறிவாளிகளைச் சகித்துக் கொள்வது
கடவுளின் இருப்பை நியாயப்படுத்துகிறது
துப்பாக்கி அதிர்ஷ்டவசமாக முட்டாள்தனமானது
நிறையத் துப்பாக்கிகளுக்குப் பின்
பயன்படுத்த மனிதர் தீர்ந்துபோவது
உண்மையில் அநியாயமானதுகூட
பொழுது போகவில்லை என்றால்
மரப்பட்டைகளையாவது உடைக்கலாம்
துப்பாக்கி இல்லாத மனிதன் துரதிர்ஷ்டமானவன்
தன்னைச் சுடும் பொருட்டாவது கடவுள்
எனக்கொரு துப்பாக்கி தர வேண்டும்
என் வெகுளித்தனத்தை மன்னியுங்கள்
உங்களிடம் ஒரு துப்பாக்கி இருந்தால்
பயன்படுத்தும் பொருட்டாவது
என்னைச் சுடுங்கள்
குறிதவறி
கடவுள் செத்து விழுந்தாலும் போதும்.

தேய்ந்த ஆசாமி

பழைய நகரம் ஒன்றின் ஊடாக அலைந்து திரிந்தேன்
ஊருக்கு வெளியே அந்திவிரிந்த
தாமிர இருட்டு கவிழ்ந்திருந்தது
மாடங்களும் பலகைச் சாளரங்களும்
சில குதிரை வண்டிகளும்
முழு அங்கி போர்த்த மனிதர்களுமாய்
நகர்ந்து கொண்டிருந்தது வீதி
புலவன் ஒருவனின் நகர்புகு படலம் ஞாபகம் வந்தது
பாம்புகளை வசக்குபவன்
அரிசிச் சோற்றுக்காய் மன்றாடிக் கொண்டிருந்தான்
தூர்ந்த அந்தப் பழம் வீட்டிலிருந்து வரும் நீண்ட குரல்
மனநிலை திரிந்த இளைஞனுடைய என
கற்பிதம் கொண்டேன்
நீங்கள் ஒரு நகரத்தை ஏதேனும் மூன்று காரணங்களுக்காக
விரும்புகிறீர்கள் அல்லது வெறுக்கிறீர்கள்
பழைய ஒலிகளூடே என் நகரம் எனக்கு அலுக்கவில்லை
குதிரைச் சாணங்களின் வாசம் மறையாத நகரம்
மூன்று சீட்டுக்காரர்களும் திரிக்குத்துபவர்களும்
அழுத்தமாகப் புருவம் தீட்டிய வேசிகளும் நிறைந்த நகரம்
அதிர்ந்து குலுங்கி புறப்படும் புகைவண்டிகள்
மலம் மணக்கும் முக்கியத் தெருக்கள்
நான் இப்படித்தான்
செப்பாலடித்த காசுக்கும் ஆகாமல்
மேல் தாழ்வாரம் அற்ற கழிவறைகளையும்

கடவுளின் நிறுவனம்

மரங்களிடையே செங்கலுதிரும் குளியலறைகளையும்
நேசிக்கும் பழைய நகரத்துத் தேய்ந்த
ஆசாமியாக இருக்கிறேன்
ஒருவேளை நானுண்டு
என் சுயமைதுனம் உண்டு எனவிருப்பதால்
நவீன மனிதன் எனவும்
சொல்லிக் கொள்ள முடியும்
இன்றைய வானுயர்ந்த கட்டிடங்களுக்குள்
மனிதருக்கு எதிராக
ஏதோ நடக்கிறது எனக் கற்பிதம் கொள்ளும்
அசட்டு மனிதனாகவும்.

அனாவசியமான தரவுகள்

வெறிகொண்ட ஒரு கிழட்டுக் கடவுள்
எல்லாவற்றையும் நம்மிடம் இருந்து
அபகரித்துக் கொண்டான்
இங்கிருந்து எடுக்க முடியாதபடி
வேலிக்குள்ளேயே விழுந்து
கொண்டிருக்கின்றன பெயரற்ற ஆப்பிள்கள்
பார்வையற்றவர்களின் கச்சிதம் போலவே
எப்போதும் பதற்றமுறும் இந்த உலகம்
எதையும் தெரிந்தது போலச் சொல்லியே
சில தோற்றுவாய்களைத் தீர்த்துக் கட்டியிருக்கிறது
பிறகு ஒரு வார்த்தையும்
இங்கு தற்காலிகமாக உருவாகவில்லை
அதுவாக வரும் பறவையைத் தோளில் அமர விடாதபடி
தத்துவங்களை உற்பவிக்கும் தொழிற்சாலைகள்
தன் ராட்சதப் பற்சக்கரங்களை
பேரோசையுடன் சுழற்றுகின்றன
யாரோ முதுகெலும்பில்லாதவன்
அரிசியில் பெயர் எழுதிக் கொண்டிருக்கிறான்
திட்டமிடுபவர்கள் தற்காலிகமாக
செத்துப் போய்விடும் ஒரு பூமியில்
இயந்திரங்கள் ஏன் எதையும்
அனாவசியமாகத் தருவிக்கின்றன
நான் உறங்கும்போதும் ஏன்
தானியங்கள் நெரிந்து முதிர்வடைகிறது
ஏன் புதிய ஆண் பெண்களே
அதிகம் கிளர்ச்சியூட்டுகிறார்கள்.

ஒரு திரைப்படப் பார்வையாளனின் பால்யக் குறிப்பு

பல துலக்காத கௌபாய் ஒருவன்
கிழிந்த தொப்பியோடு செம்பட்டைக் கண்கள் மினுங்க
தன் நாட்டுத் துப்பாக்கிக்கு
எண்ணெய் இட்டுக் கொண்டிருக்கிறான்
அடிவாரத்தில் மந்தை ஆடுகளை அவனது கறுப்புநாய்
கண்காணித்துக் கொண்டிருக்கிறது
உப்பு ரொட்டியுடன்
பச்சைமிளகாயைக் கடித்துக் கொள்ளும் அவன்
பெரு நகரத்திற்கப்பாலான இந்தக் கிராமத்திற்கு
வெகு நாட்களுக்கு முன்பு வந்திருந்தான்
ஈர மூங்கிலைக் கழுதைமேல் ஏற்றிப்போய்
சந்தையில் விற்று வரும் முதியவர்களும்
மலையடிக் குகைப்பாதையில் நீர்ப்பிடித்து வரும்
இளம் பெண்களும் அவனிடம்
புகையிலை வாங்கிப்போட்டு புன்சிரிப்புடன் போவார்கள்
காற்றுக் காலத்தில் தன் குதிரையைத் தூரத்தில் இருக்கும்
மணற்குன்றுகளை நோக்கி விரட்டும் அவன்
தன் தோல் குடுவையிலிருந்து நீரை ஆடைகளில்
வழியும் வண்ணம் அருந்திக் கொள்வான்
அப்போது மணல்வெளியில் ஓலமிடும்
ஒரு சூறாவளி உருவாகி இருக்கும்
உலர்ந்த ஆட்சிறைச்சி வத்தல்களுக்காக
நகர வணிகர்கள் அங்கு வரும்போது
அவனுக்குக் கச்சா மதுப்புட்டிகளைக் கொடுத்துவிட்டு
அபின் உருண்டைகளைப் பெற்றுச் செல்வார்கள்
சூதாட்டமும் மல்யுத்தமும் நடக்கும் அறுவடை நாளில்
அவன் நகரத்திற்குச் செய்தி சொல்லப் போவான்
இந்த முறை அவன் திரும்பிய போது

திமிறும் பண்ணைக் கனவான் ஒருவன் சுடப்பட்டான்
இறந்தவனின் தானியக் கிடங்கு கொள்ளையடிக்கப்பட்டது
சுவர்களினல் றுயவெநன என செம்பட்டையனின்
இளமைக்கால உருவப்படம்
கைத்தாளில் அச்சிடப்பட்டிருக்க
ஊர்த்தலைவர் அனுமதி இல்லாத துப்பாக்கிகளை
ஒப்படைக்குமாறு கோரியிருந்தார்
பிற்பகலில் சூறாவளி அந்தக் கிராமத்தைக்
கலைத்துக் கொண்டிருந்தபோது
அவன் தூரத்துப் புள்ளியாய்
மணற்குன்றுகளைக் கடந்து கொண்டிருந்தான்.
(வேட்டைக் கண்ணனுக்கு)

கடவுளின் நிறுவனம்

செய்திகள்

தயவுசெய்து
கண்ணிவெடிகளால் கால் கை இழக்கும்
பிஞ்சு முகங்களை அட்டையில் போட்டு
அலங்கரிக்க வேண்டாம்
பலநூறு ஆண்டுகளாய் எங்கள் நிலத்தில்
கடவுள் விதைத்த வார்த்தைகள் வெடித்து
இன்னும் சிதறுகின்றன எங்களது உறுப்புகள்
பிரளயமாக வெடிக்க இருக்கும்
கூக்குரல்களில் இருந்து
ஒரு மாபெரும் நீதிக்கான
பொன்மொழியைத் தயாரித்தவர்கள்
ஒரு பாலைவனத்தையே போர்த்தக் கூடிய
வண்ண ஆடைகளை முற்றிலுமாக
பங்கு போட்டுக் கொண்டார்கள்
போகட்டும்
ஒட்டி உலர்ந்த எலும்புக் கூடுகளை
ஒளிச் செவ்வகங்களில் புகுத்தி
வீட்டிற்குள் எறியாதீர்
எங்களிடம் உணவுப் பொட்டலங்கள்
உபரியாகக் கிடையாது
ஒருவேளை பசியால் இறந்தவர்களையும்
கனவிற்கிடையே தற்கொலை செய்துகொண்டவர்களையும்
உங்களால் கணக்கெடுக்க முடியாதெனில்
இறப்பிற்குப் பிறகு
ஊர்வலம் போகமுடியாமல்
பிணம் கிடக்கும் வீதிகளில் இருந்து
செய்திகள் அனுப்ப வேண்டாம்.

கடிகாரங்களைத் திருடுபவர்கள்

தொழிற்சாலைகளில் பொருட்கள்
அடிக்கடி திருடு போகின்றன
அறைகளில் களைத்துறங்கும் இளம் தொழிலாளிகளின்
காலணிகள் மற்றும் நல்ல ஆடைகள் சிறிய மின்கருவிகள்
எண்ணிக்கையிடப்பட்ட உற்பத்திப் பொருட்களும் கூட
திருடு போகின்றன
தொழிற்சாலை மரங்களுக்கிடையே
திருடர்கள் மறைந்திருக்கிறார்கள் போலும்
நமது தொழிலாளிகள் மிகவும் கௌரவம் மிக்கவர்கள்
உழைத்துண்ணுவது குறித்த பல தலைமுறைக்கான
நீதிக் கதைகள் அவர்களிடமுண்டு
குறைந்த கூலியாக இருந்தாலும் ஒருநாள் முழுக்க
கடிகாரத்தைப் போல அவர்கள்
உழைக்கத் தயாராய் இருக்கிறார்கள்
திருடர்களோ மானமிழித்தவர்கள்
சமயத்தில் சில்லரைக் காசுகளையும் கையுறைகளையும்
கூட அல்லவா லவட்டுகிறார்கள்
இந்தத் திருடர்களின் தாய்
ஒரு வேசியாகத்தான் இருக்க வேண்டும்
தந்தையோ சோம்பேறி குடிகாரத் தாயோளியும்கூட
தம்மால் திருடப்படுவதற்காகத்தான் இந்த உலகம்
கொழுத்து நிறைந்து கிடக்கிறதென
திருடர்கள் நினைக்கிறார்கள்
உழைத்தால்தான் அதைப் பெறமுடியும் என்று

கடவுளின் நிறுவனம்

தொழிலாளிகள்தான் நமக்குச் சொல்கிறார்கள் இல்லையா
ஓய்வுநாளில்கூட உழைக்கும் நமது தொழிலாளர்கள்
ஒன்றாய்ச் சேர்ந்து பிடிபட்ட
திருடனை உதைக்கும்போது கவனியுங்கள்
எல்லாம் இங்கிருந்தே எடுக்கப்பட்டது
என்று அவன் ஒப்புக் கொள்வான்
அப்போதும்கூட தொழிலாளர்கள்
யோக்கியமானவர்கள் காவலர்களிடம் ஒப்படைப்பார்கள்
அல்லது அவன் நிர்வாணம் கண்டபிறகு
நகக்கண்களையும் மயிர்கற்றைகளையும்
அவனிடமே திருப்பி கொடுத்துவிடுவார்கள்.

காலி மதுக்கோப்பை

மதுக்குவளை தீர்ந்தவுடன் உலகம் பரபரப்பாகிறது
சாதித்த மதுக்குவளைகள்
பிரளயத்தினோரம் அடுக்கப்படுகின்றன
கால் நக்கிப் பின்வாங்கித் தலைகுனியும் கடலலைகள்
சீறிவரட்டும் துணிவோடு
செத்தபிறகு தாலாட்டுவதைத் தவிர
துப்பில்லாத கடல்
இற்று விழுந்துபோயிருந்தது உலகம்
நிச்சலனத்தில் உறங்கும் குடிகாரனுக்கு
ஒரு பீப்பாய் மதுவடைக்கப்பட்ட உலகம்
பிதற்றிக் கொள்கிறது வெறுமையாய்
காதலிகளின் சுயநினைவைக் கொன்று போடும்படியாக
யோனிகளில் தயக்கமின்றி
முகம் புதைக்கிறார்கள் இளம் குடிகாரர்கள்
சிறு குழந்தைகளைப் போதையே
கண்ணீருடன் வாஞ்சை கொள்கிறது
நாற்றமுற்ற கடவுள் குடிவெறியாகிறார்
எல்லாத் தனியறைகளிலும் அறிவின் மிருகம்
போதையாகி தீர்வின்றி அழுது பயம் தீர்க்கிறது
அதனாலென்ன
விலங்குகளில் இருந்தும் தாவரங்களில் இருந்தும்
சாராயம் உற்பத்தியாகிக் கொண்டிருப்பது நல்லது
மெய்யாகவே குழந்தைகளுக்கு ஆண்களும் பெண்களும்
இசைப் பாடலுக்கிடையே மதுவருந்தும் தேசம்
ஆசீர்வதிக்கப்பட்டிருக்கிறது.

கங்கையில் குதித்தவன்

கடலுக்கும் எல்லையிருக்கிறது என்றார் ரிஷி
நாம் ஏன் கரை மணலில்
வீடுகள் கட்டுவதில்லை என்றேன்
நீ ஒரு கடல்பிராணி என்றார்
சந்தேகத்துடன் ஆம் என்றேன்
பிணமொன்று நதியைத் தன்போக்கில் இழுத்துப்போனது
நிலவெளிகளில் நம் தகவலைப்பு
உறைந்துவிட்டது என்றார்
கடல்வீடுகள் ஒரு காலத்தில்
மிதக்கும் சாத்தியமிருக்கிறது என்றேன்
நிலவுடைமை இருக்காது எனச் சிரித்தார்
அவருக்குத் தற்போதைய
விண்வெளி நகரங்கள் பற்றிச் சொன்னேன்
அது சொர்க்கம் பற்றிய கருத்துருவத்தின் முடிவென்றார்
அங்கு நரகமும் இருக்குமென்றேன்
வாழ்வும் இருக்குமென்று சொல் என்றார்
கோபுர விமானங்கள் தகதகத்துக் கொண்டிருந்தன
நீங்கள் அங்கு வந்தால்
கடவுளைக் காணமுடியாது என்றேன்
நேற்று அவர் பிரகாரத்தின் இருண்ட மூலையில்
ஒரு பெண்ணை மோகித்து
வெறியுடன் ஓடியதாகச் சொன்னார்
கோவில்களுக்குள்
பெண்களின் காமம் அதிகரிப்பதை

தானும் கண்டிருப்பதாகவும் கூறினார்
தர்ப்பைச் சுருள் ஒன்று
ரோமம் மண்டி கரை ஒதுங்கியது
நிலவுடைமை காலத்து கடவுள்
நவீனம் அறியாதவர் என முணுமுணுத்தேன்
என்ன என்று திடுக்கிட்டு
தன்மேல் கடந்த நிழலை வெகுண்டார்
ஒன்றுமில்லை கடலுக்குள் விண்வெளிக்கும்
நாம் நிலத்தில் ஒரு முக்கோணத்தின் 90° டிகிரி என்றேன்
அகன்ற பொருளில் அதுவுமில்லை என்றார்
ஒரு காகம் அவரது கமண்டலத்து நீரை
சரித்துவிட்டு நின்றது
அவர் கங்கையில் குதித்தார்
கரையில் செல் ஃபோன் சிணுங்கியது.

கடவுளின் நிறுவனம்

குறுகிய தருணம்

நானென் இரவில்
எனது உடலைத் தூரப் போடுகிறேன்
அது ஒரு வேசியைப் போல பினாத்திக் கொண்டிருக்கிறது
அந்நகரத்தின் இரவு நிலையத்தை நோக்கி
விடியல் பொருதிக் கொண்டிருக்கும்
அதன் விளக்குகளின் அருகில்
ஒரு சிகரெட்டைப் பற்றுகிறேன்
யார் என்னைத் தடுக்கக்கூடும்
கிழிந்த இதயங்களை முணுமுணுக்கச் செய்யும் இப்பனியில்
தூரத்துச் சிறைச்சாலையின் பாராக் கூண்டில்
உறங்கும்போதும் விரைத்து பிதுங்கியபடி கிடக்கின்றன
ஒரு ஜோடிக் கண்கள்
எனக்குத் தெரியாது
இது ஒரு முக்கியமற்ற இரவு என்றும்
நான் உறங்குவது குறித்தும்
இருளின் நிர்பந்தம் எதுவெனவும்
ஒரு சன்னலில் கீச்சிடும் ஒரு குரல்
பின் தொடர்ந்து வந்திருக்கிறது
என்முன் வானத்தை இழுத்துக் கிடத்தி
அது மண்டியிடும்போது
காலடியில் உருண்டன இமைகளற்ற அதன் கண்கள்
நிலவும் சூரியனும் பணிசெய்யும் சமவெளியில்
மிகக் குறுகிய தருணமது
நியமத்திற்கிடையே நான்

வன்புணர்ச்சி செய்யப்பட்டிருக்க வேண்டும்
ஆண்மையற்ற குரலோலங்கள் பாதையெங்கும்
துன்பமாய்ப் பெருகுகின்றன
நான் எனது உடலை ஆதுரமாய் அழைத்தேன்
அது நன்னடத்தையற்று தனது அவயங்களை
ஒரு குற்றச் செயல்போல் அசைத்தபடி வந்தது
நான் பார்த்தேன்
நிலையத்தில் கோப்பை நடுங்க
தேநீர் அருந்திக் கொண்டிருக்கும் கண்களை.

அபிப்பிராயங்கள்

சிவந்த அபிப்பிராயங்களோடு
மூல விரோதம் எனக்கொன்றுமில்லை
பீடித் தொழிலாளர்களுக்கு
என் கவிதை மாற்றீடாகாது
தெங்குச் சிரட்டையில் ஐஸ்கிரீம் தின்றவாறு
விண்வெளி நகர வரைபடம் மேய்பவன்
ஏவுகளைகளுக்கும் இடம் போட்டிருப்பான்
மூதாட்டிகள் உலர்ந்த பழங்களை வெயில் வாட்டி
பத்திரப்படுத்துவார்கள்
வெகுகாலமாய் ஒருவன் துருப்பிடித்த சைக்கிளோடு
எப்போதும் எதிர்வருகிறான்
ஒட்டகச் சிவிங்கிகள் பாதுகாக்கப்பட வேண்டிவை
ஒரு நாட்டின் தலைமை நிர்வாகி
எதற்கும் தன்னொத்த அடையாளத்தை
வரலாறுகளில் தேடிச் சமாதானம் அடைந்து கொள்ளட்டும்
துயர இசையும் தொடுவானக் கடல் படகும்
ஆலைப் புகையும் தீர்ந்துபோன புகையிலையும்
நள்ளிரவை வார்த்தைகளாக்குகின்றன
சோடியம் வேபர் நுழையமுடியாத
குடியிருப்பின் கீழ்த்தளங்களில் தவளைகள் துள்ளுகின்றன
நம்பத் தகுதியற்றோ திராணியற்றோ
உலகம் கால்களுக்கடியில் நழுவுகிறது
கேளிக்கைகள் துவங்கிவிடுகின்றன
மோசமான மது
கணவனைப் பரிந்து குழந்தைகளையும் கைவிட்ட
தாயைப் போன்றது
மற்றபடி கிழக்குச் சிவக்கிறது.

பறவையைப் பெற்றவள்

வள்ளிக் கிழங்குகளும் உன் பால்பணியாரங்களுமாய்
பரண்களில் உறங்கியகாலம் அது
இரவின் மந்தகாசக் கனவுகளையும்
உதிரும் துர்ச்சொப்பனங்களையும்
நீ தரை கழுவி வெளியேற்றும் புனிதநாளில்
உன் உள்ளாடை உதிரங்கண்டு
பீதியுற்று பேதமை பீடித்தழுத பிஞ்சை
நீ அறியமாட்டாய்
சூரியக் கதிர்களிலிருந்து இரகசியப் புணர்ச்சியை
உன் வீட்டின் மேல்விதானங்களில்
மைதுனமாய் மாற்றி திரிந்த
மகன் இவனெனவும் உனக்குத் தெரியாது
நீ அழுததொரு காலம்
மழைக்காலங்கள் பின் எப்படி நினைவிலிருகின்றன
ஆணுக்கு ஆண் புணரும் காலத்தில்
அம்மா நானுனக்கு அவதரித்தேன்
அவர்கள் இன்னும் நடமாடிக் கொண்டிருக்கிறார்கள்
பெண்களுக்கு என்னைத் தாரைவார்க்கு முன்
நீ என்னிடம் கொஞ்சம் பேசிப்பார்த்திருக்க வேண்டும்
ஆயினும் உன் துர்ச்சொப்பனமாகவே பல இரவில்
உன் வாசலில் பதுங்கிக் கிடந்தேன்
நான் வீடுவரா நாட்களில் எல்லாம்
உன் யோனியிலிருந்து ஒரு பறவையைப்போல்
வெளியேறி இருந்தேன்

இற்று உதிரும் கோழைத்தனமான
சுவர்களையுடையதல்லவா உன் வீடு
இன்று அடித்தளத்தில் கால் விலங்குகள் சில்லிடுகின்றன
இருப்பினும்
பறவைகளின் எச்சங்கள் படிந்த உன் மேல் விதானங்கள்
உன் மார்புகளைப்போல் பாலொளி சுரக்கும் நிலவு
நீ மன்னித்த அந்த விடுதலை காலத்து
இளம் தவறுகள் யாவும்
என் உயிர்ப்பின்போதே நிகழ்ந்துவிட்ட அற்புதமென்றே
அம்மா
நான் உனக்குச் சொல்லுவேன்.

நமது பெயர்கள்

நீர் நிரம்பிய பெரும் கண்ணாடிக் குடுவைகள்
உடைந்து சிதறியது போல வெடித்தது இசை
கடவுளின் மென்னியைப் பிடித்திழுத்து
அதன் வாயினுள் பேரோலத்தைப் புகுத்தினோம்
உச்சிமயிர் குத்திட்டு நிற்க எப்போதும்
கேட்காத அதன்காது கிழத்து
வெளியெங்கும் அதிர்கிறது
தீர்ந்த யுகங்கள் தோறும்
அடங்காத ஒரு பாடல்
மின்னல் புரளும் நம் உயிர்க் காமத்தில்
அன்றாடம் பூத்து மடங்குகின்றன ஆயிரம் காளான்கள்
இவ்வாறு மழையும் வெப்பமுமான
ஒரு நாளில் நாம் பிறந்தோம்
நாமொரு பாவத்தின் தினக்கூலி
கடவுளின் பதினோராவது கொலைப்பட்டியலில்
நமது பெயரும் இருக்கிறது
ஈசல்கள் பறக்கின்றன
காற்று மணல் சிற்பங்களை உருவாக்குகின்றது
இசை நமது வீடுகளை
ஒரு புயலைப் போலல்லவா கடக்கின்றது
குழந்தைகள் திடுக்கிட்டு எழுந்துவிடுகின்றன
இப்போது கடவுளின் மென்னியை
இறுகப் பிடித்திருக்கிறோம்
நமது குரல் அதன் வயிற்றைக் கிழிக்க முயல்கிறது
யாரோ அதன் கீழாடையைப் பற்றி இழுக்கிறார்கள்
நமது இசையில் இன்னும் கொஞ்சம் அதிர்வு
உயிர்த்தளத்தில் ஓங்கி உதைத்தது யார்
பட்டியலை வாசித்துவிட்டு கறுப்பு ஆடைகளுடன்
மரு அருந்துவோம்
எல்லாம் நல்லபடியாக முடிந்தது.

கடைசிப் பெண்ணே

என் கால் நகங்கள் நீண்டு வளைந்து
மண் பதிந்துபோக
உன்னை நோக்கிய முதலடிக்குக் கண் மறைக்கும்
புருவ உரோமங்களை விலக்குகிறேன்
நீயிருக்கும் பாழ்வெளிக்கான
அடையாளம் பற்றி எரியும் கடைசிப் புதரில்
ஈரமாய் வெடித்துக் கொண்டிருக்கிறது
ஒரு பறவையேனும் குறுக்காகக் கடந்து போனால்
கருப்பைகளில் வழித்தெறிந்த உன் உதிரம்
என் மீது துளியாய்த் தெறிக்கும்
ஒரு பாழுங்காற்று வீசினாலும் போதும்
என் நாசியின் குரூரத்தில் உன் பருவ முளகங்களின்
திசை தெரிந்து போகலாம்
புகையடைந்தாற்போல் மேகங்களில்
உன் பிம்பம் தெரிவதில்லை
என்ன செய்து கொண்டிருக்கிறாய்
என் மிச்சமிருக்கும் ஒற்றைப் பெண்ணே!
கரிந்த நிலங்களில் தளிர்களின்
முளைபற்றி என் தடம் நோக்கிவர
நம் மொழியின் தூது இலக்கியங்கள்
மறந்து போனாயா
முகம் சிதைந்து கோரமாய் நீ இறந்துகொண்டிருக்கலாம்
உருவி எறி உன் கடைசி மகளை யோனியிலிருந்து
ஒரு குடம் தண்ணீர் ஊற்றி
ஒரு பூ மலரட்டும்.

வட்டச் சுழற்சி

நான் நீ அவன் நீங்கி
ஒரு பெயர்ச்சொல் இல்லாத உலகம் இது
நானில் சூட்சுமம் மிகுதி
உன்னில் சுமத்தப்படுவது ஏராளம்
அவனிலோ தர்க்கம் அதிகம்
நான் நான்தான்
என நெருக்கும் அடைப்புக்குறிக்குள்
நீதான் மனிதப் பெயர்
இப்படியாகச் சூட்சுமத்தைத் தர்க்கம் சுழற்ற
வட்டச் சுழற்சியின் விசையில்
அன்றாடம் உயிர்வெளித் தள்ளப்படும்
உலகம் அது.

கடவுளின் நிறுவனம்

இரசமற்ற பூமி

நான் என்றது கடவுளின் குரல்
மழைக்காலத்தில் தவறி விழுந்த சிறுமணிகள்
முளைவிட்டுக் கொண்டிருந்தன
ஆழ்ந்த பள்ளத்தாக்கின் வழியே மேகம்
தன் கனிவான பயணத்தைத் துவக்கியிருந்தது
மீண்டும் பாறைகள் மௌனிக்கின்றன
துல்லிய வானத்தைத் துலக்கமாய்ப் பிரதிபலிக்க
இரசமின்றிச் சிதைந்து கிடந்தது ப+மி
நீர் நிலைகள் எதிர்விரியும் ஸ்தூலத்தை
அழித்தழித்துக் காட்டிக் கொண்டன
தன் எச்சிலின் வழியே எதிலும் பிடிமானமற்று
இறங்கிக் கொண்டிருந்தது சிலந்தியின் கரிசனம்
உயிர் வாழ்ந்து கொண்டிருப்பதாக எல்லோரிடமும்
சொல்லிக் கொண்டிருந்தவர்கள் போய்விட்டிருந்தார்கள்
எதையும் நம்பவில்லை நான்
சிகரெட்டின் சாம்பல்களை ஒரு எறும்புக்குழியில்
தட்டிவிட்டுக் கொண்டிருந்தேன்
ஒரு பெருவனத்தின் நூற்றாண்டு மரத்திலிருந்து
சில பறவைகள் ஏதோ அபாயத்தைச் சுமந்து வந்தன
உடனே நான் இறக்கவேண்டுமென நினைத்தேன்
தன் புகைப்பானுக்காய் தோளைத் தட்டி
நெருப்புக் கேட்டவனோடு
எழுந்து போய்க்கொண்டிருப்பது நானா.

உயிர் தொழில்நுட்பம்

ஒரு கிராமத்தை நல்ல குடிபோதையில்
எனக்கு நீ அறிமுகப் படுத்தினாய்
வெந்து தளர்ந்து நிலங்கள் புழுங்கும்
இரவு நிலவு நாளாய் அது இருந்தது
கிணற்று நீரில் விழிபோல் அசைந்தது நிலவு
பசையற்று காய்ந்த உடல்களில்
உயிர்ப்பின் அர்த்தம் தேடி உன் உறவுகள்
விசாரித்த நலம் இன்னும் என் கைகளில் நடுங்குகிறது
அபிமானங்கள் மிச்சமிருப்பதாய்ச் சொன்னாய்
ஜனநாயகர்களின் கைகளில் நிலம் அதிகரித்து விட்டதாகவும்
வீடற்ற முதியவர்களும் வேலையற்றவர்களும்
காணக்கிடைப்பதாய் பெருமூச்சு விட்டாய்
உயிர்வளி மண்டலத்தில் பருவங்களின் கால மாற்றம்
காட்டும் நத்தைக் கூடுகளும் சிலீரெனப் பரவிக் கிடக்கும்
புற்தொகுதிகளுமாய் என் கனவில்
பட்டாம்பூச்சிகள் பறக்கின்றன
பசுக்களும் ஆடுகளும் இறைச்சிக்கென உருவாக்கும்
நவீன ஆய்வுக்கூடங்களோடு
வீரிய விதைகளெனவும் உயிர்த் தொழில்நுட்பம்
நிலங்களில் வலை விரித்து உட்கார்ந்து விட்டது
விவசாயிகள் தற்கொலை செய்வதாய் இடையீடு செய்கிறாய்
இரவு முழுதும் ஏகாதிபத்தியம் பேசி
நாம் விழித்திருந்தது எல்லாம் அதிகாலை ரயிலடிக்குத்தானே நண்பா
விடைபெறுகிறேன் உனது விதைக் கடலைகளுடன்
எனது நெடுந்தூர நகரத்திற்கு.

கல்யுகம்

மேய்கிறது மாடு
கண்காணிக்கும் நீலவெளி அதிர
சீறுகிறது ஒரு தொலை ரயில்
நிலமெங்கும் நிமிர்ந்து நிற்கின்றன மின்தண்டுகள்
யாரோ இறைத்துப்போன மணிகள்
பொறுக்கி வளையடையும் எலிகள்
உருண்டுவிடும் பதற்றத்தில்
குன்றின்மீதொரு கல் யுகமாய் நிற்கிறது
காதலின் குடிசையிலிருந்து வருகிறது ஒரு கானம்
அவர்கள் உடலை இசைக்கிறார்கள்
மேய்ந்த மாடு திரும்பும் அந்தி அதன் கண்களில்
வெளியேறும் கிராமம்
நிலமற்ற குடும்பம்.

காதலுக்கு அப்பால் ஒரு இளம்பெண்

வாளிப்பான சிறுபெண்
தனது நீலநிற ஜீன்ஸை
திறந்து போட்டபடி நிற்கிறாள்
மேலும் உள்ளாடை அணியவில்லை
வெப்ப மண்டலத்து விடுதியில் இருந்து
வெளித்தள்ளப்பட்டவள்
மேலும் அவள் போதையில்
புட்டத்தில் பீய்ச்சப்பட்ட ஆண் துளிகள்
திமிறி வந்ததில் முகக் காயங்கள்
மேலும் அவள் விரும்புகிறாள்
வெண்ணெய் பூசப்பட்ட ஒரு சோளக்கதிரை
நிலநடுக்கோட்டு மஞ்சள் வெயில்
மேலும் வளர்ந்து வரும் ஒரு நாடு
அவள் வந்தேறிகளின் நான்காம் தலைமுறை
மேலும் ஒரு இரவு
அவளை எடுத்துக் கொள்ள விரிவடையும் நகரம்
உணவிற்கூழியம் செய்யும் பழங்குடிகள்
மேலும் ஒரு வன்மம் விட்டுச் சொல்லப்பட்டிருக்கிறது.

கடவுளின் நிறுவனம்

கேள்வி

ஒரே ஒரு கேள்வி
ஆயுதம் சுமந்து திரிபவர்களிடம்
கேட்கக் கூடாதது
தயவுசெய்து கூடுகளில் உறங்கும்
சிறுபறவைகளின் குஞ்சுகளுக்கு
அதிர்வளிக்காது பதிலளிக்க வேண்டும்
இப்போதுதான் துவங்கும் மெல்லிய மழைச்சாரல் எனில்
பதில் சொல்ல நேரம் எடுத்துக் கொள்ளலாம்
விசுவாசிகளுக்கும் நீதிமான்களுக்கும் விலக்கு
வயதானவர்கள் தங்கள் பிள்ளைகளின்
நினைவுகளிலிருந்து சற்றைக்கேனும்
விடுபட்டால் தேவலை
மற்றபடி வீடற்றவர்கள் பற்றிய கேள்வியல்ல இது
வளர்ப்புப் பிராணிகளைப் பராமரிப்பவர்கள் வேண்டுமானால்
மௌனமாய் இருந்துகொள்ளலாம்
இருக்குமிடம்விட்டு பயம் காரணமாக
வேற்றிடம் சென்றவர்களின் செவிகளுக்கு
இக்கேள்வி எட்டாமலே போகட்டும்
தவிரவும் தற்கொலை செய்து கொள்கிறவர்களுக்கு
இது அவசியமற்றது
இதைப் பைத்தியக்காரர்கள் மட்டும்
பிரயோகிக்காமல் இருக்க வேண்டும்
சரி
இப்போது கேள்வியை உச்சரிப்போம்.

முத்திரைக் குத்திகள்

எழுந்துகொண்டிருக்கிறது சாம்பல் வானம்
நிர்வாணத்தில் பனி மேய்கிறது
எங்கோ மெல்லிய சங்கீதத்தைத் துவக்கியவனுக்கு நன்றி
இரவெங்கும் பிரிய காதலின் ஸ்பரிசங்கள்
சப்தமற்ற அதிவேக இரயில்கள் வீடு சேர்க்க
உன் ஸ்தனங்களை நீ கொடுத்துவிட்டுப் போயிருக்கலாம்
பல அரைவட்டக் கோளங்களென
பால் வீதிக் கனவுகளில்
பமீலாவின் கெட்டவார்த்தைகளுக்கு முன்பு
தலைகுனிந்து நின்றேன்
கடலின் அடியாழத்தில் லோப்ஸ்
ஒரு சுறாமீனைப் போல என்னை
இழுத்துக்கொண்டு போவதை
மலர்ந்து கிடக்கும் பாசிகளுக்கு நடுவே
ஓநாய் ஒன்று கண்காணிக்கிறது
அத்தனை தாவரங்களுக்கும் மத்தியில்
தேனீர் அருந்தும் என் அலுவலகம் சப்திக்கிறது
முத்திரைக் குத்திகளைத் தேடுகிறேன்
விரிந்து மூடும் மெல்லுடலிகளை ஞாபகமூட்டி
வெளியே மழை நனையும் பெண்கள்
இளம் சீல் ஒன்று துடைவழியே துளாவுகிறது
வெண்ணிற பனித்தகடுகள் புரட்டிச் சிலிர்க்கும்
எனது உலகில் கையெழுத்திடுகிறேன்.

கோடைகாலத் தோழிக்கான பிரிவுப்பாடல்

ஒரு பெண்ணின் துயரமிக்க ஆன்மா
ஒரு போதும் ஆசீர்வதிப்பதில்லை
காளான் குடையின் கீழ்க் கண்ணீர் விடும் கடவுளை
நீளமான அவளது ஆடைகள்
ஏதொன்றிலும் பட்டுக் கிழித்துவிடும்போது
அற்புதச் சம்பவங்கள் அனைத்தையும்
அவள் நிராகரிக்கிறாள்
சபிக்கிறாள் மீண்டும்
ஆயிரக்கணக்கான மைல்கள் பறந்து போகும் பறவைகளை
ஓடும் ஒரு நதியை அதன் சளசளப்பை
திணறும் பண்புச்சொற்கள் சிலவற்றையும்
தன் கைகளைக் கதகதப்பாக்கும் ஒரு ஸ்பரிசத்திற்கென
அவள் கொண்டு வருகிறாள்
பனியின் அடியில் உறங்கும் ஓடையில் ஒரு துள்ளுமீனை
அடுக்கி வைக்கப்பட்ட சுவர்களுக்கிடையே
வளைந்து போகும் அவளது பாதை பல சந்துக்களையுடையது
நமக்கு ஒரு பாடலையும் மழைக்குச் சூடான அப்பத்தையும்
பகலுக்கு தன் கூந்தல் ஈரத்தையும் தரும் அவள்
தன் முத்தத்தால் காற்றைப் போல உலகை நிறைக்கிறாள்
எண்ணிக்கையில் பலவான நாம்
அவளை ஒரு பௌர்ணமி நாளில்
பண்படுத்தப்பட்ட நிலவெளிக்கு அழைத்துச் செல்கிறோம்
அங்கே ஒரு குளம் தளும்பி அசைகிறது
எத்தனை சுற்றுகள்

ஒவ்வொரு முறையும் நிலவு நெளிந்து மீள்கிறது
அவள் ஆசீர்வதிக்கிறாள் சில காய்ந்த ரொட்டிகளை
ஒரு சிறுவனை முதன்முதலாக
குளிரத் தொடங்கும் நிலத்தின்மேல் பாலொளியில்
ஒரு விலங்கென அயர்ந்துறங்கும்
அவளைப் பற்றிப் படர்ந்து அசையும் குட்டிகளென நாம்
திரும்பிய பறவைகள் மொழி உதிர்க்கும் கருக்கலில்
எதையும் தந்தனுப்பமுடியாத
அவளும் நிராகரிக்காத
ஓடைக்கத்தாழைகள் பூப்பூக்கும்
ஒரு கோடைக்காலம் அது.

வேர்களற்றுப் போனவன்

பல தலைமுறைகளாய்
இற்றுப்போன முகத்தோற்றத்தில்
சதா கால்பாதங்களில்
சிறுசிறு வேர்கள் கிளம்பி நிலம் படரும்
கொடியநோய் வாய்த்தொருவன் இருந்தான்
நின்றாலும் படுத்தாலும் நிலத்தோடிறுக்கும் வேர்கள்
ஓயாத வைத்தியம் கண்டும் ஒழிவில்லை
நகர மருத்துவர் ஒருவர்
அவன் பாதங்களில் நச்சுக் கொல்லியை
பூசுமாறு பரிந்துரைத்தார்
அதுமுதல் அவன் நடக்கும் திசையெல்லாம்
நஞ்சு பரவியது
பயிர் கருகிநிலம் பாழானது
ஊர் பச்சையற்று போவதைக் கண்டு பயந்த சிலர்
நகரத்தில் பெரும் கட்டிட அடுக்குகளிடையே
நடைபாதையில் கொண்டு அவனை விட்டு வந்தனர்
வெளியேற இயலாத
சதுர வழிகளில் திகைத்து உச்சி நோக்கி
நட்சத்திரங்கள் தெரியும் துண்டு வானத்தின் வழியே அவன்
பாதைகளைக் கண்டுவிட எத்தனித்தான்
மீளவும் வழியற்று சுவரெங்கும் அறைந்து
நகர விலங்காய் நெடுநாள் அலைந்துதிரிந்தான்
முற்றிலும் செய்தியற்றுப் போனதாய் தேடிப்போன சிலர்
நகரத்தின் பெரும் கட்டிட அடுக்குகளுக்கிடையே
காய்ந்த சிறுசிறு வேர்களை மட்டும் கண்டுவந்ததாக
கூறிக்கொண்டனர்.
(மதிவாணனுக்கு)

நிலையற்று நகரும் அடையாளங்கள்

மேகங்கள் தாழக் கடந்துபோகும் சாலை
வளர்ப்புப் பிராணிகளின் சப்தம் நிறைந்த வீடு
வாசல்வரை வந்த வழியனுப்பிய மனிதன்
இப்படித்தான் என்னால்
அடையாளம் சொல்லமுடியும்
இடங்களின் திடுக்கிடும் வளைவுகளும்
பேருந்து நிலையத்திற்குப் போகும் பாட்டையும்
நினைவில்லாத பெயர்களும் நாளொன்றும்
என்னால் ஞாபகப்படுத்த முடியவில்லை
அவசியமற்ற ஒரு மனிதனைப் போலவே
நான் எதையும் கடந்து போகிறேன்
அச்சமின்றியும் வேண்டுகோள் இன்றியும்
இணங்க முடியாதவர்களுக்கிடையே
சுயமோகியாய் விடைபெறுகிறேன்
கட்டாயமற்று மழைக்காக மரநிழல் போதுமெனில்
வீடுகளின் சந்தேகப் பார்வைகளிலிருந்து
வெகுதூரம் போய்விட முடியாது என்று
எனக்குத் தெரியும்
இப்போது நிலையற்று நகர்ந்து கொண்டிருப்பவையே
எனது அடையாளங்கள்
எண்கள் பொறிக்கப்பட்ட யாவற்றிலும் நிகழும்
ஒரு பழமை வீச்சம் தாங்காது
என் வியர்வையும் இந்திரியமும்
தீர்மானிக்கப்பட்டுவிட்ட சூழல்களின்றும்

கடவுளின் நிறுவனம்

தானியக் கிடங்குகள் உறையும் சாலைகளில் விடுபட்டும்
கருத்த மேகங்கள் இறங்கி மழைபொழியும்
திசை நோக்கி அப்பாலும் போவேன்
இல்லையெனில் ஆந்தைகளின் இரவு ஓலம்
கொய்யாப்பழங்களின் வாசனை
தீட்டுத் துணிகளின் கருகல் நெடி
செரிக்காத உணவின் கவிச்சம்
ஓயாத இரைச்சல் என
இப்படித்தான் வெறுங்கைகளில் வந்து
அப்பிக் கொள்ளும் உலகை என்னால்
அடையாளம் சொல்ல முடியும்.

வார்த்தைகளாகாத இளம்பெண்

பக்கம் பக்கமாய் விரிந்த ஒரு நாவலை வாசிக்கும் போது
எப்படியும் ஒரு இளம்பெண்
மனதில் தங்கி விடுகிறாள்
வாசிப்பவர் அனைவரும் காதலிக்கும்படியாக
தன்னை முடிவற்ற இடத்தில் அவள்
ஒப்படைத்துக்கொண்டு இருக்கிறாள்
பொம்மைகளை அலங்கரிக்கும்போதோ
வீடுவரத் தாமதமாகும் நாளில் அல்லது
ஒரு பூனை எங்கிருந்து வருகிறது என ஆராயவும்
விசித்திரமாய் இருக்கிறது
இந்த உலகின் அழகியலற்ற தன்மை
சில திராட்சைக் கொத்துக்களைக் கொடுத்துவிட்டு
அவளது சூலகத்தில் பல தலைமுறைகளை
சில்லறைக் காசுகளைப் போலவே
அது சேமித்து வைக்கிறது
எவ்வளவு பூஞ்சையாகவும் அசங்கியும்
நீர்ப்போக்குத் துவாரங்களின் வழி
வெளியேறிப் போகிறது
அவளது கொதித்த உதிரம்
பிறகு வாய்த்துவிடும் குறுகிய இளமை அதன் பாடல்
இதற்கிடையே
தூர்ந்த ஒரு நிலமும் வீடும்
முன்னறையில் பாரம்பரிய அடையாளங்களும்
ஒரு ஆணும் அரசும் தெய்வமும்
தத்தம் வார்த்தைகளால்
நிரப்பித்தான் விடுகிறது அந்நாவலை.

நிலவொளியில் இறைச்சி

மரம் என்றா சொன்னேன்
தூரல் சிதறும் சூறைக்காற்று
அதன் இலைவடியும் நீர்
என்றிருக்க வேண்டும்
பூமியின் சருமமெங்கும் ஈரம்
மழை என்றா சொன்னேன்
அதிக உஷ்ணத்தில் வெளியேறிய சுக்கிலம்
அதன் புத்துணர்ச்சி என்றிருக்க வேண்டும்
இளமையான முகப்பொலிவு
பொரித்த மோரும் கீரையும்
உணவு என்றா சொன்னேன்
உங்கள் நட்புடன் ஒரு பிரயாணம்
நீண்ட உறக்கம் என்றிருக்க வேண்டும்
அறிமுகமற்ற பெண்ணுடன் உரையாடல்
காதல் என்றா சொன்னேன்
ஒரு இன்னிசை மைதானம்
முழுப்பணமும் தீர்ந்த இரவு
ஒரு குவளை பியர் என்றிருக்க வேண்டும்
கவிதை என்றா சொன்னேன்
நிலவொளியில் இறைச்சி
என்றிருக்க வேண்டும்
விடுதலையான பாடலுடன் ஒரு தீவு
பூமி மீது கூடாரம்
நிலம் என்றா சொன்னேன்

நெருங்கிய கட்டடங்கள்
என்றிருக்க வேண்டும்
அதன் சன்னலில் ஒரு குரல்
தீயணைப்பு வண்டிகள்
மொழி என்றா சொன்னேன்
மோகமுற்ற பெண் கையில் பாம்பு
கறாரான ஒரு கடிகாரம்
என்றிருக்க வேண்டும்
வெட்கமற்ற சூரியன்
காலம் என்றா சொன்னேன்
புணர்ச்சியின் இழிந்த உச்சம்
குழந்தைகளின் கண்ணீர்
ஓவியனின் கையொப்பம்
என்றிருக்க வேண்டும்.

பழைய மைப்போத்தல்

அஸ்வகோஷ்
நீ தீண்டாமல் விட்டுப்போன மர்ம உறுப்பு
விரைக்கும் இருள் சூழத் தனித்துக் கிடக்கிறது
மழைத் தவளை புணரும் காலம் என்கிறது இலக்கியம்
தேவன் இறங்கி வரக்கூடும் அவன் ஒரு குதம் விரும்பி
அடுக்கடுக்காய் பெண்கள் வந்து போகும் திரையில்
உறுப்பை நீவத் துவங்கியிருக்கிறேன்
நெருக்கடியான நகரம் கிராமம் எதுவும்
சாதாரணமானதுதான்
பால் பவுடர் தின்று முடித்த வாயால்
குறி குதம்பும் பெண் குழந்தைகள்
டிரான்ஸ்ஃபார்மர் மறைப்பில் காத்துக்கொண்டிருக்கிறார்கள்
கொடுமை என்று சொல்லாதே அஸ்வகோஷ்
நீ சிறுபையன்களைத் துடைச்சந்தில் துளாவியவன்
மழைக்காலத்தில் பைத்தியங்கள் என்ன செய்வார்கள்
எனக் கேட்டாய்
விடுதியாய் இருந்தால் கொடூர அலறலுடன்
இரத்தம் பெருக சுயமைதுனம் செய்து
கொண்டிருப்பார்கள் என்றேன்
கிண்டலடிப்பதாகச் சொல்கிறாய்
பழைய மைப்போத்தலில் நாம் இருவரும் விந்து சேகரித்ததை
இங்கு நினைவு கூர்கிறேன்
சிவந்த இதழ்களுடன் ஒளிவீசும் முகத்துடன்
நீ அழைத்து வரும் சிறு பையன்களுக்காக

ஃபோர்னோ சிடிக்களும்
உயர்வகை மதுவும் தயார் செய்திருக்கிறேன்
பெண்களுடன் இணக்கமற்ற நாம் இவ்வாறு
விலகியிருப்பது தத்துவமாகாமலே போய்விடலாம்
அதற்காக ஹோமோசெக்ஸுவலாய்த் தெருவில் வந்து திரியும்
கடவுளை அழைத்து வந்துவிடாதே
நீதிமான்களை விடவும் கடவுள் நல்லவர்தான்
ஆனால் எப்போதும் மத்திய காலத்தில் இருக்கும்
அவர் வாய் நாறுகிறது
அத்துடன் அவர் வாங்கி வரும் பழைய இறைச்சியும்
பொருத்தாத சாராயமும் கூடத்தான்.

மாலைச் சந்தை

பழங்களைச் சேகரிக்கிறார்கள்
காதலித்தபடி ஓடிவரும்
இளம் ஜோடிகளுக்காக
அவர்கள் சாவி வளையங்களைப் பார்வையிடுகிறார்கள்
உள்ளாடைகளைப் பேரம் பேசுகிறார்கள்
பணியாரக்காரன் புன்னகையுடன் அழைக்கிறான்
இடுப்பை அணைத்துக்கொண்டு வளைந்தபடி செல்லுமவர்கள்
முதியவர்களுக்கு மன்னிப்புடன் வழிவிடுகிறார்கள்
காலணியிலிருந்து பூத்த மின்மலர்கள் போல யுவதிகளும்
அரும்பாத பையன்களும்
துருத்தும் எல்லாவற்றையும் தட்டிவிடுகிறார்கள்
காலி குளிர்பான டின்களைப் பொறுக்கி எடுக்கிறான்
ஒரு பைத்தியக்காரன்
காலிழந்தவன் பாதை நடுவே மண்டியிட்டுக் கிடக்கிறான்
சந்துகளில் மாத்திரை விற்பவன் முகம் தென்படுகிறது
அவர்கள் முத்தமிட்டுக் கொள்வதை
யாரும் அவமதிக்கவில்லை
வேசிகள் இறங்கி வரும்போது
மாலைச்சந்தை களைக்கட்டிவிடுகிறது
நீலபட வட்டுகள் உள்பட எல்லாமே மலிவு
கொஞ்சம் உப்பிட்ட பூசணி விதைகளுடன்
இளம் காதலர்கள்தான் சந்தையைக் கடந்துவிடுகிறார்கள்
தம்பதிகள் காய்கறி பைகளுடனும் மெத்தை விரிப்புகளுடனும்
தூக்கமிழற்றும் சிறு குழந்தைகளை அணைத்தபடி
வாகனங்களுக்குக் காத்திருக்கிறார்கள்
வெகுநேரமாய் அலைபாய்ந்து கொண்டிருக்கிறான்
இந்த ஓரினப் புணர்ச்சிக்காரன்.

நகக்கண்கள்

சாத்தியம் எதுவுமில்லை சங்கரா
அறுபட்ட என் கொப்பூழில்
விரிந்ததுதானே பிரபஞ்சம்
கண்களை மூடிக் காத்திருக்கிறேன்
ஸ்தூலங்களின் கிடுக்கிப் பிடியில்
உன் காலடிகள் கரைந்தழியும்
தாவரங்களுற்ற பிரதேசங்களில்
இன்னும் உன் நகக்கண்கள்
வேவு பார்க்கக்கூடும்
சொல்
மலத்தில் விளைந்த தானியம்
அசுர வியர்வையின் நாற்றம்
தெறிக்கும் சாக்கடை
எங்கிருந்து உன் உடல் குருத்தின்
இறைமை துவங்கியது
தவறில்லைதான் சங்கரா
உனக்குள் மத்யமும்
எனக்குள் வெறுமையும்

கடவுளின் நிறுவனம்

மையம்

ஒரே ஒரு வாய்ப்புத்தான் மிச்சமிருக்கிறது
விழுந்த மரத்தை எடுத்து நடுவதற்கு
குழந்தையைக் கொஞ்சுவதற்கு
துயறுற்றுப்போன மனைவியைப் பிரிய
வியாபாரத்துடன் தந்திரம் பண்ண
வாழ்வற்ற இளம்பெண்ணிடம் பரிவு காட்ட
பசியால் நோயுற்றுவிட
நம்பிக்கையின் முகத்தில் காறியுமிழ
காட்டுக்கிழங்குகள் சுட்டுத் தின்ன
குறைந்த பட்சம் தற்கொலை செய்துகொள்ளவாவது
உதாரணத்திற்குப் பிறந்தவர்களால்
நிறையும் பூமியில் ஒரே ஒரு
வாய்ப்புத்தான் மிச்சமிருக்கிறது
உழுது பயிர் செய்ய அல்லது ஏமாற்றிப் பிழைக்க
உற்பத்திப் பொருளீட்ட
அல்லது ஆட்களை வைத்துக் கொலைசெய்ய
செருப்புத் தைப்பவனிடம் கேட்டேன்
இடதுபுறம் திரும்பி நேராகப் போகச் சொன்னான்
திரும்ப வலதுபுறம் காணாது திகைத்தேன்
இப்போது நான் எங்கு நிற்கிறேன்
மையத்திலா.

மூடப்பட்ட அறைகள்

அடைத்த கதவுகள் தோறும்
தட்டிக்கொண்டு ஓடும் பைத்தியங்களின் இரவுகள்
மிகவும் கொடூரமானது
ஆதிக்குகையில் முரட்டுப் பல்லிகளின்
பச்சை இரத்தத்ததால் வரையப்பட்ட
மனப் பிறழ்வு ஓவியங்களை
யார்தான் அகழ்ந்தெடுக்க முடியும்
அக்காலங்களில் மரங்கள் தங்கள் யோனியிலிருந்து
சுரதநீர் கசிய வெகுகாலம்
நிலம் தழுவிக் கிடந்தன
மேகங்கள் தரையிறங்கும் அபூர்வ காலமது
அடைத்த கதவுகள் தோறும் பசித்த மிருகங்கள்
தாபத்துடன் பெருமூச்செறியும்போது
நிர்வாணமடைந்த கடவுள்
சிதைந்த குடியிருப்பிலிருந்து எழுந்து
புணர்ச்சியை ஒரு வாசகமாக்கினார்
மூடப்பட்ட அறைகளுக்கு வெளியே
குழந்தைகள் அதைக் கண்ணீருடன் செபிக்கத் தொடங்கினர்
முதியவர்கள் தங்கள் இறுதிநாளில்
அது ஒரு அர்த்தமற்ற வாசகம் என்றனர்
அனுமதி மறுக்கும் கதறலைச் சுமந்து
அவ்வாசகம் அப்பியிருக்கும் தன் குறிகளை
பிராண்டும் பைத்தியங்கள் பச்சை நிணம் கசிய
நகரத்தின் சாக்கடைப் பொந்துகளிலும்

தூர்ந்த நீர் நிலைகளிலும்
அரசாங்கக் கழிவறைகளிலும்
துர்நாற்றம் பிடித்த தன் எச்சிலை உமிழ்ந்தவாறே
கடவுளைத் தேடிக்கொண்டிருக்கிறார்கள்
அந்த இரவுகளில் நகரத்தின் எல்லாக் கதவுகளும்
இறுகச் சாத்தப்பட்டுவிடுவதை எதிர்த்து
அவர்கள் ஊளையிடுவதையும்
கண்கள் வெளியேற விஷப்பற்கள் காட்டி கருவுவதையும்
எப்போதும் இசைப்பாடல் துவங்கிவிடும்
ஒரு மெல்லிய காலையில்
யார்தான் உணரமுடியும்.

உப்பிட்ட முட்டைகள்

எப்படியும் இந்த முட்டைகளை
திருடிக் கொண்டு போக வேண்டும்
அனாதைப் பிணங்களுக்கும் அளவற்ற குடிகாரனுக்கும்
நடைபாதையில் வித்தியாசம் தெரியாத
தாணாக்காரர்களுக்கிடையே என்னை எரியூட்டுமுன்
மீட்டுக் கொண்டு ஏன் வந்தாய்
குறுங்கத்தியால் நீ கீறிய புண்ணில் சீழ் வடிகிறது
கித்தான்களைத் திருடிப் போய்விடும்
சிறுவர்கள் அலையும் உலகில் நாய்களை விரட்டாதே
சுரங்கப் பாதையில் கஞசாத்தூள்களுக்கும்
மலிவு மதுக்குப்பிகளுக்கும்
சில்லரைகளைச் சேகரித்துக் கொண்டு
உடைந்த பற்கள் கொண்ட அந்த வேசி ஓடிவிடக்கூடும்
நீண்ட குடிகாரியான அவளை
மூன்றாம் ஜாமம் மாடுகள் சாணமிடும் தொங்கலில் கிடத்தி
இன்னும் புணர்ந்து திரிகிறாய்
போதைப் பித்தர்களின் தலைமறைவுக் காலத்தில்
நகரத்தின் பாழ் மண்டபங்கள்
சோடியம் விளக்கில் புகை கக்கி ஒளிர்கிறது
நாணயங்களைப் பொறுக்கிக் கொண்டு ஓடு
கடைக்காரன் கழியை வீசும்முன்
நடந்து விரையும் சலனங்களுக்குள்
ஒரு பைத்தியக்காரனைப்போல்
இந்த முட்டைகளைத் திருடிக்கொண்டு போகவேண்டும்
இரயிலடியில் குளிர்காயும் நெருப்பில் சுட்டு
உப்பிட்டுத் தருகிறேன் உனக்கு
சிம்னியில் துகள்களை மறக்காமல் நிரப்பிவை.

கடவுளின் நிறுவனம்

நெருப்பைச் சம்பவித்தல்

எந்த ஆற்றோர நாகாPகம்
உனக்குத் தனங்கள் தந்ததோ
அந்தக் குன்றுகளை ஆரத் தழுவி
என் பச்சையம் பூக்கிறது
உன் உடல்மேவி யுகமாய் ஓடியும்
இப்பிரபஞ்ச விளிம்புகளை
என் தூரிகை வரைய முடியவில்லை
வானம் தீட்டும் உன் யோனி வண்ணங்கள் குழைந்து
ஒரு மலர் பூத்திருக்குமென் புதர்ச் சரிவுகளில்
அர்த்தமும் சாரமுமற்ற ஒரு சொல்லை
ஆதிக் குகையிலிருந்து மீட்க வரும்படி
உன் இதழ்களால் ஊதி
ஒரு நெருப்பைச் சம்பவிப்பாய்
குதிராத இளம் சோளக்கதிரின்
பாலொளி மிகுந்த உன் சருமம்
வெம்மையடைகையில் கரும் ரேகை படர்ந்த
கூழாங்கற்களையொத்த உன் கண்கள்
தனது வெடிப்பினுள் சில அரவங்கள் கொண்டு
மின்னுவதைக் காண்பேன்
நீ கவிழ்கிறாய்
என் கண்ணீர் துவட்டி
கதகதப்பாக்கும் உன் மார்புகள் வியர்க்க
மேலும் பசையுற்ற உன் இதழின்
பரிமளம் ததும்பத் ததும்ப

தசைத்த உன் யோனி தேடி ஒடுங்குகிறது
நீட்சியுறும் பிரபஞ்ச அறிதலாரவார கூச்சல்கள்
பாயும் நதி சொல்லும் சாட்சியாய்
நான் என் முனை சிவக்க
நீலம் பாரித்ததையும்
அதைப் பார்த்த விருட்ச வேர்கள்
அடிபெயர்ந்ததையும்
அவ்வனத்தினூடே உனது ஒரு சொல்
நெருப்பாய் ஊர்ந்து போனதையும்.

நைலான் தாவரங்கள்

மாயா
உன் வண்ணத்திகள் குழந்தைகளின்றி
மலைச்சரிவுகளில் பதற்றத்துடன் அலைகின்றன
உன் கொங்கைகளை நீர் தழுவிப் போகும் புனலில்
நஞ்சு கலந்திருப்பதை
யாரும் உனக்குச் சொல்லவில்லையா
கண்கள் மயங்க உனைப் புணர்ந்த யோனி புத்திரர்கள்
தங்கள் குறிகளை இசைக் கருவிகளாக
மாற்றிக் கொண்டு விட்டார்கள்
கற்றாழைக் குழம்பெடுத்து மேனி பூசி மழை நனைகிறாய்
அகிற்புகை கனிய நிலவொளியில்
கூந்தல் கோதிய வண்ணம்
உன் ஏகாந்தப் பார்வை நெடிய புணர்ச்சிக்கென
விழுதூன்றும் மரங்கள் பார்த்திருக்கும்
ஈரக்காற்றில் உடல் குறுகுறுத்துப் புல்லரிக்க
அடர்ந்த மழைக்காலம் வனங்களை
கடும் பசலையாக முறுக்கிக் கொண்டிருப்பதையும்
இலைவழி நீரை ஓந்திகள் ருசித்துக் கொண்டிருப்பதையும்
உன் கானகக் கனவில்
பாம்புகள் புணரும் கோடைக்காலப் பதிவுகளாய்
முலைப்பாலில் சேகரித்திருப்பாய்
அதிர்வூட்டும் சங்கீதத்தோடும்
மயக்கமூட்டும் குளிகைகளோடும்
கடற்கரை நகரங்களில் உன்னை வெல்வதற்கியலாமல்

பிரிந்துவிட்ட தந்திரத்தை
அலைகளோடு இரைந்து அவர்கள் உற்சாகிக்கிறார்கள்
பால் கசியாத நைலான் தாவரங்கள்
பிளாஸ்டிக் பனிச்சொட்டுகள் காட்டி
உன் கானகத்தைப் போலி செய்கின்றன
தொழிற்சாலை விளக்குகளின் அடியில் திரியும்
உன் சின்தடிக் பெண்கள்
நாரிழைக் கண்கள் மின்ன
உயிர்த்த கருமுட்டைகளை உறைபனிக் குடுவையிலிட்டு
இறந்த வண்ணத்திகளை
சிலிக்கான் மார்புகளில் செருகி
செயற்கை ஆணுறுப்பை முத்தமிட்டும் இணைகிறார்கள்
கானகத்திலோ
உன் யுகக் கனவுகள் உறைந்து
உன் உடல் பச்சையம் பாரித்து
காளான்கள் அரும்பியிருக்கக் கூடும்.

இரவின் ஒத்தடம்

குழந்தைகளைப் போல மர்ம உறுப்புகளைத் தொட்டு
பரவசமடைகிறது இந்த இரவு
இரவு சிறுநீரின் மணம் மிக்கது
அசைவற்று கனவுகளில் ஸ்கலிதம்கொள்ள
இரவு நமது முகங்களைச் சிருங்காரமாய் போர்த்துகிறது
வெகுநேரம் பேசிக்கொண்டிருந்துவிட்டு இந்த இரவு
ஒரு நாடோடியைப்போல் வெளியேறிப் போவதை
பார்த்திருக்கிறேன்
உறங்காத நகரங்கள்
எனக்கொரு தேனீரைத் தருவிக்கும்போது
அது எனக்குக் கீழ்வானத்தை ஞாபகமூட்டும்
திகையாத இருளுக்குப் பின்பே நிரூபணங்கள்
பொய்சொல்லத் துவங்குவதை அனுமானித்திருக்கிறேன்
உண்மையில் இரவு செயலின்மைக்கும் தற்கொலைகளுக்கும்
சாட்சியாய் பூமி மீது இறங்குகிறது
அது வீடுகளின் ஒளியை சலனத்தை
காசநோயின் எச்சிலைப்போல் துப்பிவைக்கும்
உடம்பும் உடமைகளும் இருளில்
ஏகவெளியாய் இருப்பதை
போகிகளும் திருடர்களும் புகழ்கிறார்கள்
இரவைப் பகல் எப்போதும் முட்டாள்தனமாய்த்தான்
மொழிபெயர்க்கும்
இரவைப் பகிர்ந்தும் பரிமாறியும்
உன்னதம் காண மறுக்கும் உலகில்
இரவுதான் குழந்தைகளின் சிதைக்கப்பட்ட பாலுறுப்புகளை
ஒத்தடமிட்டு விசும்பலுக்கிடையே
அணைத்து உறங்க வைக்கிறது.

அடங்கியவன்

நல்ல உலகம் என்றான்
ஏதோ விண்வெளியில் நின்று
பல உலகங்களைப் பார்த்தவன் மாதிரி
உணவுப் பொருட்களை மண்ணில் இறைத்து
பெருக்கி தின்று தீர்த்து நகரும்
வேடிக்கையான அசைவுகளைக் கொண்டது
இந்த உருண்டை என்றான்
நீ எங்கிருந்து பேசுகிறாய் என்றேன்
ஏதோ ஒரு மூலையில் பூமி துளைத்து
மறுபுறம் வெளிப்பட்டவன் நான் என
புழுதி உதறினான்
உடம்பில் கொஞ்சம் எண்ணெய் வாடையும்
தலை உரோமங்கள் கரிந்தும்
இழிந்த புண்களோடும் இருந்தான்
பிறகு என்ன உத்தேசம் என்றேன்
வரும் வழியில் பெரும் பாறைகள்
ஒன்றோடொன்று பேசிக்கொண்ட
மொழியைக் கேட்டதாகச் சொன்னான்
பழைய தங்க நாணயம் ஒன்றைக் கையில் கொடுத்தான்
வெளிப்படும் முன் மேலடுக்கில் புதிய பிணம் ஒன்றை
புணர்ந்ததாகவும் கூறினான்
தனது இழிந்த புண்ணில்
குதிரையின் அழுகிய சீரம் தெளிக்கச் சொல்லி
எச்சில் உமிழ்ந்தான்
உமிழ்ந்த இடத்தில் புற்கள் கனிந்து புகையெழும்பியது
நான் விதிர்த்து நீ என்ன பாதாள வாசியா என்றலறினேன்
அவன் சிரித்தவாறே
கைகளை உயரே தூக்கி
நீரில் குதிப்பது போல் நிலத்தில் பாய்ந்தான்
சரேலென அவன் உடல் மறைய
மணல் அலையலையாய் எழும்பி அடங்கியது.

நழுவிச் செல்லும் உலகம்

என் கொண்டாட்டத்தின் முயக்க ஒலி கேட்கிறதா
நிர்வாணம் அமைதியில்லை
அது பேரோசை
சிலிர்க்கும் வெடிப்புகளின் சமிக்ஞை பரவும் தளங்களில்
யோனி பார்க்கும் அவகாசமற்றவர்கள்
கடன் சுமை தாளாமல் திரும்பிக் கொண்டிருக்கட்டும்
இயந்திரங்களிடமிருந்து உடலை விடுவிக்க முடியாமல்
கடவுளரின் படங்களைக் கண்டு
கைகூப்பி வணங்குபவர்கள்
நம்மை அதிரச் சிரிக்க வைத்து விடுகிறார்கள்
குறிகளில் மதச்சின்னம் வரைந்து கொள்வது
உடலுறவை ஒரு வேளை புனிதமாக்கலாம்
இசை புணர்ந்து துடைகள் அதிர
மார்பகங்கள் விம்மும் துள்ளல்களுக்கிடையே
நீங்கள் சுயமைதுனம் செய்து கொண்டிருக்கலாம்
கலப்பை அழுந்த உழுவது போலத்தான்
தாவரம் தழுவி நீரைப் புணரும் காமம் தெரிந்தவர்கள்
புழுக்களின் இறைச்சிகளில் இருந்தும் வீரியம் பெறுகிறார்கள்
காமமற்றுப் பசியுடன் இருக்கும் முதல்நாள் குழந்தைகளும்
இறுதி நாள் முதியவர்களும்
உடன் யாதுமற்ற கடவுளும்
இங்கு நீக்கமற நிறைந்த பின்
எனது குரல் அபத்தமானதும் அலட்சியமானதும்தான்
இரகசியம் தெரிந்தபின் இல்லையெனச் சிரித்து

நழுவிச் செல்லும் உலகம் இது
இருக்கும் காமம் தொலைக்க
அதிகம் போதைப்பொருட்கள் கிடைக்கவில்லை
என்ற கோபமே எஞ்சியிருக்கிறது
இலட்சியத்தின் இறுதிப் புள்ளியில்
நாணயங்கள் தேடி நீங்கள் தொலைந்திருக்க
ஆளரவமற்ற உங்கள் வீடுகள்
தனிமையில் தூர்ந்துகொண்டிருக்கும் நாளொன்றில்
உங்கள் இளமையில் முயக்கப் பாடலை
குறிகள் குலுங்கப் பாடிக்கொண்டு ஓடித்திரிவேன்.

இரகசியத்தில் ஒரு துளி விஷம்

சிறிய நீர்த் தேக்கத்தின் அருகே
இடுங்கிய கணவாய்ச் சரிவில் அமைந்த
ஒரு வீட்டில் இது நடந்தது
சிறு வனங்களை மழை நனைத்துக் கொண்டிருந்த இரவு
பூண்டுச் சாற்றில் அவித்த மீன் ஒன்றினை
அவ்விளம் பெண்கள் தின்னத் தொடங்கினர்
படுக்கையில் ஒரு துளித் தேனும்
நீர்ச்சாடியின் முகம் பார்த்துக் கொள்ள
ஒரு சுனையும் இருந்தது
இதழ்களில் இருந்து சிற்றெரும்புத் தூவிகள்
உடலெங்கும் பசலையாய்ப் பரவ
அவர்கள் முத்தமிட்டுக் கொண்டார்கள்
குழந்தைமையின் எச்சில் மணம்
மார்பு முனைகளில் அபின் துளிர்த்து
ஆவியாகிக் கொண்டிருந்தது
குத்துக்காலிட்டு மல்லாந்து சரியும்
மென்மயிர்த் தடங்கள்
அந்தியின் ஆளரவமற்ற கழிமுகமாய் மினுங்க
உண்டு பெருத்த அட்டைகள் போல்
அதன் கதுப்புகள் விம்மியிருந்தன
அங்கே இரகசியத்தில் ஒரு துளி விஷம்
பிறகு பகிரங்கமாய்ச் சுனையில் ஒரு மிடறு
மழை ஓடைகளையும் தேக்கத்தையும்
ஒன்றிணைத்துக் கொண்டிருந்தது

குளிரில் சருமம் புல்லரிக்க
ஆடுகளைக் காதலிக்கும் சிறுமிகளோடு அமர்ந்து
அவர்கள் கறுப்புக் காப்பியை உறிஞ்சுகிறார்கள்
மழை தெய்வத்திற்கான கூழ்நிறைந்த பாத்திரங்களை
அச்சிறுமிகள் கொண்டு வந்திருந்தார்கள்
மேலும் தங்களிடமிருந்த ஒளிரும் தாவர இலைகளை
அவர்கள் காணும்படிச் செய்தனர்
அப்போதும் கனத்த இடி ஒன்று கணவாயில் அதிர்ந்து குழறியது
இவ்வாறு நம்புகளை நீவிப் பதப்படுத்திய கூட்டிலைகளை
அவர்கள் தங்கள் ஆய்வேட்டில் பொதிந்து கொண்டார்கள்
மழை நனைந்த சிறுவனத்தையும்
தெய்வத்திற்கான கூழ்க் கவளங்களையும்
மெல்ல பனி தவழ்ந்து மூடிக்கொண்டிருந்தது.

ஒரு கேலிச் சித்திரக்காரனின் பிரச்சனை

தற்கொலை செய்து கொள்பவர்களைப் பற்றிய
கார்ட்டூன் சித்திரங்கள் கொஞ்சம் வரைய வேண்டிருந்தது
கோட்டைத் துவங்கி தூக்கில் தொங்கிய
ஒருவனின் நாக்கினை நீளமாகத் தள்ளிய போது
அதிலிருந்து வாய்நீர் வடியுமாறு
'கெண்டகி' சிக்கன் துண்டுகளை ஆவி பறக்க
யாரோ வைத்து விட்டுப் போகிறார்கள்
உயரத்தில் இருந்து விழுந்த ஒருவனை
பெருக்கல் குறிபோல தலையில் உதிரம் பெருகக் கிடத்தி
சாலையின் யதார்த்ததிற்காக
சில விளம்பரப் பலகைகளையும் நட்டேன்
அதிலிருந்து சைக்கிள் ஓட்டும் பெண் இறங்கி
குருதி தொட்டு கூந்தலை நீவி முடிந்துகொண்டு போனாள்
நீரில் மூழ்கி இறந்து இளம்பெண்ணின்
புருவங்களைச் சிறுமீன்கள் மொய்த்துக் கொண்டிருந்ததை
கோடு கிழிக்கத் துவங்கியிருப்பேன்
உப்பிப் பெருத்த அவள் வாயிலிருந்து
நீர்ப்பாம்பு ஒன்று வெளியேறிப் போகிறது
நகரச் சந்தியில் இறந்து கிடந்த ஒரு முதியவரின்
அனாதைப் பிணத்தை அளவிட்டுக் கொண்டிருந்தேன்
விரித்து வைத்திருந்த துண்டை
நாணயங்களோடு சில பறவைகள்
தூக்கிக்கொண்டு பறந்தன
ஒரு பகல் நேரப் போதையில்

இந்தக் கார்ட்டூன்களோ தற்கொலைகளோ
எதையாவது உணர்த்துகின்றனவா
மழையில் நனைந்து வீட்டிற்குள் வந்த மனைவி
எனது ஆடையற்ற நிலை கண்டு அலறியபடி
தொலைபேசியில் காவல் நிலையத்தை
அழைத்துக் கொண்டிருக்கிறாள்.

கடவுளின் நிறுவனம்

தசைவலி

ஒரு வால் நட்சத்திரம்போல
இரவைக் கிழித்திறங்கியது உன் வருகை
நான் அப்போது ஊமைப்பாடகனாய் இருந்தேன்
நிலங்களின் பரிமாணங்களைக் கடந்த உன் நிறம்
களித்துச் சிரித்து ஒரு அரங்கம் செழிக்கும் உன் முகம்
என் இசையின் ஸ்ருதி உயிர்க்கிறது
நிலவு ஈர்த்துத்தரும் உன் கண்களின் ஒளியில்
களைகட்டுகிறது பிரபஞ்ச நாடகம்
உயர்மலைத் தொடர்களின் கணவாய் வழியே
என் குரல் கூவியழைக்கிறது கீழ்வானத்தை
பதிலுரைத்து எழுகின்றன அந்தி நேரத்துக் கருங்கிளிக்ள
நீயே அவைகளின் அரசி
அதுவே உன் சாம்ராஜ்யம்
ஸ்வரங்களில் இசையும்படி
உனது குரலொன்றை வேண்டுவேன்
அது ஒரு தசைவலியைப்போல்
என்னை ஊடுருவும்
உன் இடை இலங்கும் மென்னசைவில்
அங்கொரு பனிப்பாறை சரிந்து கடல் மூழ்கும்
நள்ளிரவு கட்டுமரங்கள் சில கரை குத்தலாம்
என் பாடலைத் தொடுகிறது உன் விரல்
அந்த மார்பகங்கள் இசைக்கிறது என் சரீரத்தின் லகரியை
புணர்ச்சியின் மெய்மைக் காலங்களை ஞாபகமூட்டும்
நமது தேவதைகள் நடனமாடும் வெளி

நான் எனது இசையை ஒடுக்கினேன்
அதைக் காற்று அரவணைத்துப் போய்கொண்ருக்கிறது
அதிர்ந்து நடுங்கும் ஊமைப்படலம் கிழித்தெறிந்து
உள் நுழைகிறாய்
அரங்கம் கூச்சலிடுகிறது
சாலையின் அப்பட்டமான விளக்கொளியில்
பூத்துக் கிளம்பும் என் முலைகளைப் பதுக்கிக்கொண்டு
குலுங்கும் மகிழ்வில்
கண்ணீருடன் தெருவில் மறைகிறேன்.

கடவுளின் நிறுவனம்

பரவும் வதந்தி

வருகையாளர் பட்டியலைப் பார்வையிடுகிறேன்
வாசனையூட்டும் சிறு தாவரப் பொருட்களைக் கொண்டவன்
தன் வயதைக் குறிப்பிடவில்லை
மேலும் பலர் கூச்சலிடுகிறார்கள்
பாலாடைகளும் மிருது ரொட்டியும்
கிடைப்பதாக வசந்தி பரவியிருக்கிறது
முதியமாதுக்கள் சின்னஞ் சிறு
கன்னிகளைக் கைகாட்டி இறைஞ்சுகிறார்கள்
இன்னும் சிலர் வந்துசேரவில்லை
உணர்வூட்டும் பாடல் ஒலிக்கிறது
ஒருவன் குனிந்து பின்புறத்தை அசைக்கிறான்
வலைகளில் மின்சாரம் பாய்ச்சப்படுகிறது
பிச்சைக்காரர்களும் தெருவில் உறங்குபவர்களும்
முண்டியடித்து முன்வரிசையில் வந்துவிட்டதாக
போதைக்காரன் ஒருவன் புன்னகைக்கிறான்
பின்புறம் இருந்து என் அடிவயிற்றை
தடவிக் கொண்டிருந்தவனை
திரும்பிப் பார்க்க முடியவில்லை
ஓடும்படிக் கட்டளை வந்தது
வருகையைப் பதிவு செய்யும் எண்ணத்தைக் கைவிட்டேன்
இளங்கன்னிகள் பிரார்த்தனை செய்துகொண்டிருந்தார்கள்
அவகாச நடனக்காரன் தனது உடல்
தென்னைகளும் உறங்கும் ஓடைகளும்
கொண்ட ஒரு தீவு எனப் பாடிக்கொண்டிருந்தான்
வதந்திகளை நம்பவேண்டாம்
அறிவிப்பிற்கிடையே அவன் தன் வயதை அறிவித்தான்
எங்கும் போதைக்குணமும்
மனச்சிதைவும் பரவியது.

பைத்தியம் உறங்கும் சாலை

நடனமிடும் ரேடியம் ஒளிமானிட்டராய்
கட்டிடங்கள் ஏறி இறங்கித் துடிக்கும் நள்ளிரவு
நகரத்தின் குடியிருப்பொன்றில் ஏறி
முகவரியுடன் கதவின் முன் நிற்பது
உங்கள் ஜெர்க்கினைத் திறந்து போடச் செய்கிறது
அரவமற்ற அமைதியும் உங்கள் அழைப்புமணியும்
பயன்படாத சிக்கலில் நட்சத்திரங்களின் உறுத்தல் தாளாமல்
வாசலைத் தகர்க்கும் திட்டம் அல்லது
சாவித்துவராத்தினுள் வெறியுடன் நுழைவதென
உங்களைத் தீவிரங்கொள்ள வைக்கலாம்
அப்போதெல்லாம் மின் விளக்குகளால்
முனகும் நகரத்தின் ஒலியை நீங்கள் கேட்பதில்லை
துளிர்களை ஓவியச் சட்டகத்தில் பதிய வைத்து
கத்தரித்த தலையுடன் சட்டெனச் சன்னலிலிருந்து
உருவி நிமிரும் மரத்தையம் நீங்கள் கவனித்திருக்க இயலாது
இப்போது ஒரு ராட்டினத்தைப் போல அசைந்து
சுழலும் அவ்வீடு உங்களுடன் விர்ரென
கிழக்குக் கடற்கரைச் சாலைக்கு நீள்கிறது
பிறகு மையத்தில் மதுவிடுதிக்குத் திரும்பி
ஒரு போத்தலைத் தீர்க்கிறது
கால்களை நகர்த்தி வெளிவர முயற்சிக்கும்
ரோமப் பூச்சியின் கண்கள் ஒளிரும்
கடல் சங்கொன்றினை அணைத்தபடி
பைத்தியம் ஒருவன் உறங்கும் சாலையை

கடவுளின் நிறுவனம்

உராய்ந்து முகர்ந்துவிட்டு அது விலகும்போது
தானாகத் திறக்கும் கதவினை நீங்கள்
உட்புறமாய் ஓங்கித் தள்ளுகிறீர்கள் நுழைந்ததோ
சீற்றத்துடன் காத்திருக்கும்
புகைவண்டியினுள் வெளியே
அதன் நிலையத்தையும் காண்பது உங்களை ஆச்சரியமூட்டுகிறது
மற்றொரு முறை முகவரியை நீங்கள்
சரிபார்க்க நினைப்பதும் அபாயச் சங்கிலியை
இழுக்க முயற்சிப்பதும் நகரும் கழிவறைகளோடு
குளிரூட்டம் கொண்ட அந்த அறையின்
தானியங்கிக் கதவுகள் மூடிக்கொண்டபின்
அவசம் கொள்வதும்
அவ்வளவு முக்கியமானதல்ல.

பல் துலக்கிகள்

எனது சரீரத் தீர்ப்பெழுதும் நாளில்
வானுயர்ந்த இம்மலைச்சாரல்
இருப்பழியாது எனக்குப் பின்னுமிருக்கும் என்பது
துக்ககரமானதும் ஏன் கோபமானதும்கூட
ஆரோக்கிய சம்பாஷணைகளுக்கிடையில்
இளம் பெண்களின் மேல் மையலுற்று
திரியும் விடலைகளின் குறுஞ்சிரிப்பினூடான
வெட்கம் அவமானகரமானது
அதே சமயம் ஏனோ இரக்கத்திற்குரியது
முனை மடிந்த என் பற்துலக்கிகள் கிடக்கட்டும்
கொஞ்சம் ஆடைகளும்
கைப்பிரியாய்ச் சுருட்டி வைத்த
நார்க் கயிறுகளும் மரப்பலகைகளும்
இருப்புப் பெட்டியினடியில் பழுப்பேறிய இயக்கத்தாள்களும்
பழைய குல்லாயும் சிறிதளவு பணமும்
என் பயணக்குறிப்பின் நாட்காட்டிகளோடு
ஒப்படைக்கத் தயாராய் இருக்கிறேன்
தயைகூர்ந்து எனதுடலை
ஆளரவமற்ற பெரும்பாறை இடுக்கொன்றில் போட்டுவிடுங்கள்
என்றாவது நான் கொலையுண்டதாய்
பீதி பரவட்டும்.

மணல் ருசி

இசைப்பதை அதிக்படுத்துங்கள்
புதிய இளைஞர்கள் திகைக்கும்படி தொடங்கட்டும் நடனம்
புராதன நிலவு உப்பரிகையில் தோன்றும்
அந்தப்புரப் பெண்போல் சோகையாய் நிற்கிறது
உனது டிரம்பட் ஒலியில் இன்னுமது நடுங்குகிறது
விடுதிகளில் இருப்போரே
உங்கள் குழந்தைகளின் கனவில் சண்டையிடாதீர்கள்
குப்பைத் தொட்டியில் நெருப்பிடுவது உற்சாகம்தான்
சோதனை வாகனங்கள் வரட்டும்
அதிவேக இன்ஜின்கள் பொருத்தப்பட்ட
மோட்டார்கள் சீறிக்கொண்டிருக்கின்றன
கண்ணே தேங்கிய போதையை உசுப்பி
நீ இட்ட முத்தத்தின் மணல் ருசி
நம் மரணத்தின் தத்துவங்களையெல்லாம் கைவிட்டிருக்கிறது
கேளிக்கை மையங்களின் வழி
கந்தலாடைகளுடன் நமது தந்தை
இவ்விருள் வீதிக்குள் வரக்கூடும்
அவருடன் நடுங்கும் நிலவை
நடனத்துடன் பகிர்ந்து கொள்வோம்
ஒரு வேளை
குப்பைத் தொட்டியின் முன் மவுனமாக
அவர் குளிர் காய்ந்துவிட்டும் போய்விடலாம்
பரவாயில்லை
உன் இதழ்மேல் சூரியன் எழும்பும்
சாம்பல் நிறக் காலையில்
நிறுவனங்களை நோக்கி
மிடுக்கான நடைபோடுகிறவர்களுக்கு
இந்தச் சாலையை
அப்போது நாம் ஒப்படைத்திருப்போம்.

கடவுளின் நிறுவனம்

குடிப்பதற்கு ஓரளவு மதுவும்
கடிப்பதற்கு ஒரு துண்டு இறைச்சியும் கிடைத்துவிட்டால்
புணர்ச்சிக்கு வீடு திரும்பிவிடுகிறான் கவிஞன்
சமைப்பதற்கும் உறங்குவதற்கும்
சொந்தமற்ற நான்கு சுவர்களைக் கொண்டிருக்குமவன்
அதிலிருந்து வெளியேறும் நீண்ட கால்களால்
உலகத்தை விரித்துக் கொண்டு போகிறான்
அவன் கண்கள் செல்வச் செழிப்புள்ள
கருவூலங்களை ஊடுருவிச் சென்று
அப்பாலுள்ள நிலவை இலவசமாய்ப் பகிர்ந்து நிற்கிறது
கவிஞன் கரைமீது நடக்கும்போது
பசித்தவர்களின் பேரோசைகளையே கற்பிதம் செய்கிறான்
விளிம்பில் நின்று நிலத்தை அதட்டும் அவன் குரலால்
மிச்சமான பண்டங்கள் யாவும்
வெளியில் தெறித்து விழுகின்றன
அவன் சிரித்துக் கொள்கிறான்
இந்தக் கடவுளின் நிறுவனத்தில்
வேலை மறுத்தும் விசுவாசமற்றும் அவன் திரிவது
வேடிக்கையானது மட்டுமல்ல விபரீதமானதும்தான்
உழைப்பவர்கள் தங்கள் வயிற்றைக் காட்டும்போது
அந்தப் பைத்தியக்காரன் தற்கொலை செய்துகொள்ளும்படி
அவர்களுக்கு ஒரு ஆழ்ந்த பள்ளத்தாக்கை அல்லவா
முன்மொழிகிறான்
அப்படித்தான் இரண்டு கை நிறைய
புளியவிதைகளைக் கொடுத்துவிட்டு
ஒரு இறக்குமதி பானத்தைக் கேட்டு அடம்பிடித்ததும்
சற்றே ஏமாற்றுக்காரனைப்போல் தென்படும் அவனுக்கு
நீங்கள் ஏதேனும் அறிவுரை கூற முயலும்போது
உங்களிடம் ஓரளவு மதுவும்
ஒரு துண்டு இறைச்சியும்

கடவுளின் நிறுவனம்

உபரியாக இருந்தால் தொலைத்துவிட்டுப் பேசுவதுதான்
சிறந்த உபாயம்
பிறகு அவனிடம்
உதாவாக்கரைகளுக்காக
கடவுள் தன் நிறுவனத்தை திறந்து போடுவாரா
என்று கேளுங்கள்
போடமாட்டார் என ஒப்புக் கொள்வான்.

யவனிகா ஸ்ரீராம் (1960)

இளங்கோ என்ற இயற்பெயர் கொண்ட யவனிகா ஸ்ரீராம், திண்டுக்கல் மாவட்டத்தில் உள்ள சின்னாளப்பட்டி என்ற ஊரைச் சேர்ந்தவர். இராமசாமி - மகமாயி தம்பதியினரின் இரண்டாவது மகனாகிய இவர், பள்ளி இறுதி வகுப்பை முடித்துள்ளார். இதுவரை ஆறு கவிதைத் தொகுப்புகளும் இரண்டு கட்டுரைத் தொகுப்புகளும் வெளியாகியுள்ளன. இவருடைய கவிதைகள் ஆங்கிலம், மலையாளம், கன்னடம் மற்றும் இத்தாலி மொழியில் மொழிபெயர்க்கப்பட்டுள்ளன. கல்லூரிகளில் தமிழ் முதுநிலை மாணவர்களுக்கிடையே நவீன கவிதைகள் குறித்தும் பின்காலனிய பிரச்சினைகள் குறித்தும் உரையாடிவருகிறார்.

விருதுகள்: ஆனந்த விகடன் விருது, விருத்தாச்சலம் களம் புதிது விருது, நெய்வேலி லிக்னைட் கார்ப்பரேஷன் விருது, பாண்டிச்சேரி மீறல் இலக்கியக் கழகத்தின் கபிலர் விருது, திண்டுக்கல் கலை இலக்கியப் பெருமன்றத்தின் பாப்லோ நெருடா விருது ஆகியவற்றைப் பெற்றுள்ளார்.

மனைவி: மல்லிகா, மகள்: ராதா, மகன்: ராகவன்

பேச: 8220449204